நள்ளிரவும் பகல் வெளிச்சமும்

நள்ளிரவும் பகல் வெளிச்சமும்

குளச்சல் யூசுஃப்

மொழிபெயர்ப்பாளர்

குமரி மாவட்டம், குளச்சலில் பிறந்தவர். தற்போது நாகர்கோவிலில் வசித்துவருகிறார். வைக்கம் முகம்மது பஷீரின் படைப்புகள் உட்பட முப்பதுக்கும் மேற்பட்ட நூல்களைத் தமிழில் மொழிபெயர்த்துள்ளார். செம்மொழித் தமிழாய்வு மத்திய நிறுவனத்துக்காக நாலடியார், இன்னா நாற்பது, இனியவை நாற்பது, கார் நாற்பது, களவழி நாற்பது, நான்மணிக்கடிகை ஆகிய அறநூல்களை மலையாளத்திலும் மொழியாக்கம் செய்துள்ளார். மொழிபெயர்ப்பிற்கான சாகித்திய அகாதெமி விருது, தமிழ்நாடு அரசு விருது, ஆனந்த விகடன் விருது, உள்ளூர் பரமேஸ்வரய்யர் விருது, வி.ஆர். கிருஷ்ணய்யர், நல்லி – திசையெட்டும், ஸ்பாரோ கவிக்கோ உட்படப் பல்வேறு விருதுகள் பெற்றுள்ளார்.

மின்னஞ்சல்: kulachalsmyoosuf@gmail.com

அலைபேசி: 99949 23926

ஆசிரியரின் பிற காலச்சுவடு வெளியீடுகள்

மஞ்சு (இந்திய கிளாசிக் நாவல், 2017)
நாலுகெட்டு (இந்திய கிளாசிக் நாவல், 2018)
காலம் (இந்திய கிளாசிக் நாவல், 2020)

எம்.டி. வாசுதேவன் நாயர்

நள்ளிரவும் பகல் வெளிச்சமும்

தமிழில்
குளச்சல் யூசுஃப்

காலச்சுவடு பதிப்பகம்

அன்பார்ந்த வாசகருக்கு,

வணக்கம்.

காலச்சுவடு நூலை வாங்கியமைக்கு நன்றி.

நூலின் உள்ளடக்கம், உருவாக்கம், அட்டைப்படம் இன்ன பிற அம்சங்கள் பற்றிய உங்கள் கருத்துகளையும் ஆலோசனைகளையும் காலச்சுவடு வரவேற்கிறது. தகவல், எழுத்து, வாக்கியப் பிழைகள் தென்பட்டால் கட்டாயம் தெரிவித்து உதவுங்கள். நூல் தயாரிப்பில் கடும் குறைபாடு இருப்பின் மாற்றுப் பிரதி உங்களுக்குக் கிடைக்கக் காலச்சுவடு ஏற்பாடு செய்யும்.

மின்னஞ்சல்: **publisher@kalachuvadu.com**

காலச்சுவடு நாகர்கோவில் அலுவலகத்திற்குக் கடிதம் அனுப்பலாம்.

தங்கள்
எஸ்.ஆர். சுந்தரம் (கண்ணன்)
பதிப்பாளர் — நிர்வாக இயக்குநர்

நள்ளிரவும் பகல் வெளிச்சமும் ❖ நாவல் ❖ ஆசிரியர்: எம்.டி. வாசுதேவன் நாயர் ❖ © எம்.டி. வாசுதேவன் நாயர் ❖ மலையாளத்திலிருந்து தமிழில்: குளச்சல் யூசுஃப் ❖ முதல் பதிப்பு: ஜூலை 2023, இரண்டாம் பதிப்பு: அக்டோபர் 2023 ❖ வெளியீடு: காலச்சுவடு பப்ளிகேஷன்ஸ் (பி) லிட்., 669, கே.பி. சாலை, நாகர்கோவில் 629001

naLLiravum pakal veLiccamum ❖ Novel ❖ Author: M.T. Vasudevan Nair ❖ © M.T. Vasudevan Nair ❖ Tamil Translation from Malayalam by: Colachel Yoosuf ❖ Language: Tamil ❖ First Edition: July 2023, Second Edition: October 2023 ❖ Size: Demy 1 x 8 ❖ Paper: 18.6 kg maplitho ❖ Pages: 168

Published by Kalachuvadu Publications Pvt. Ltd., 669, K.P. Road, Nagercoil 629001, India ❖ Phone: 91-4652-278525 ❖ e-mail: publications @kalachuvadu.com ❖ Printed at Clicto Print, Jaleel Towers, 42 KB Dasan Road, Teynampet Chennai 600018

ISBN: 978-81-19034-19-2

10/2023/S.No. 1191, kcp 4734, 18.6 (2) rss

கனவுகள் விரிகின்றன

மதிய வெயில் பற்றியெரிந்துகொண்டிருந்தது.

வறண்டு கிடந்த வயலின் மார்பினூடே அவன் வேகமாக நடந்துகொண்டிருந்தான். பெட்டியும் படுக்கையுமாகப் பின்னால் கூலிக்காரனும். தொலைவில் கமுகந்தோப்பினிடையில் புதிய ஓடுகள் வேய்ந்த பெரிய இல்லத்தின் மேற்புரையை அந்திமேகம்போல் காண முடிந்தது.

முன்னூறுக்கும் அதிகமான மைல் தொலைவில் புராதனப் பெருமையும் நாகரிகமும் கொண்ட ஒரு பெருநகரத்தில் மூன்றாண்டுகளைக் கழித்துவிட்டு ஊருக்குத் திரும்புகிறான்.

கடந்து போன வருடங்கள், கிராமத்தின் உடம்பில் தனது அடையாளங்கள் எதையும் பெரிய அளவில் அவன்மீது பதிக்கவில்லை. நினைத்துப் பார்க்கும்போது கோபிக்கு வியப்பாக இருந்தது. கல்லூரிப் படிப்புக்காக மதறாசுக்கு வண்டியேறிய, அரைக்கைச் சட்டையும் டவுசரும் அணிந்து நடந்துகொண்டிருந்த பையன். வெளுத்து, வளர்ந்து, உதட்டோரத்தில் முளைத்தெழும் மீசையும் ஒளி வீசும் கண்களுமுள்ள இளைஞனாக இப்போது திரும்பி வருகிறான்.

புறப்படுவதை முடிவுசெய்த அன்று இல்லத்துக்குக் கடிதம் எழுதினான். கடந்த விடுமுறையில் ஊருக்கு வரவில்லை. 'ஸ்டடி டூர்'

என்று எழுதியதை அப்பா நம்பிவிட்டார். அதற்கு முந்தைய கோடை விடுமுறையை ஊட்டியிலுள்ள சித்தியுடன் கழித்தான். ஜூனியர் இன்டர் தேர்வு முடிந்த பிறகு வந்து போனதுதான். மூன்றாண்டுகள் கடந்துபோய்விட்டன. இல்லத்திலுள்ளவர்களைப் பற்றி அவனுக்கு இப்போது ஞாபகம்கூட இருக்காது என்பது பாட்டியின் எண்ணம். இதைவிடவும் தங்கை லீலாவுக்குத்தான் அதிகமான பரிதவிப்பு.

அவனை எதிர்பார்த்துப் படிக்கட்டிலேயே உட்கார்ந்திருந்தாள்.

அவனது வருகை இல்லத்தில் ஒரு புத்துணர்வை ஊட்டியது.

கூலிக்காரனின் தலையிலிருந்து பெட்டி, படுக்கைகளைக் கீழே இறக்கி வைக்கச் சமையல்கட்டு வேலைக்காரன் கோந்தும்மான் ஓடி வந்தான். வடக்கு அறைக்குள் கம்பளிப் போர்வைக்குள் காலத்தைக் கழித்துவரும் பாட்டி, நகர்ந்தபடியே கூடத்து வாசலுக்கு வந்தாள். கண் பார்வை தெளிவாக இல்லாத அவள் கோபியைத் தொட்டுத் தடவிப் பார்த்தாள்.

“கோழிமுட்டை போலிருந்த நீ எப்புட்றா இம்புட்டு ஒசரமா வளந்துட்டே?”

பாட்டி சொன்னதைக் கேட்ட கோபி சிரித்துவிட்டான். தனது உடலில் எழுபதாண்டுகள் எவ்வளவு மாற்றங்களை உருவாக்கியிருக்கின்றன என்பது பாட்டிக்குத் தெரியுமா?

லீலா, பாட்டியின் காதுகளில் இரகசியமாகச் சொன்னாள்:

“ஆச்சி, கோபிண்ணாவுக்கு மீசை வளந்துருக்கு.”

மகன் வளர்ந்திருக்கிறான் என்றாலும் ஆரோக்கியம் குறைந்திருப்பதாகக் கண்டுபிடித்தார் குஞ்சு நாயர்.

அப்பாவுக்கும் பாட்டிக்கும் தங்கைக்குமெல்லாம் நிறைய செய்திகள் அறியவும் சொல்லவும் வேண்டியதிருந்தன.

“ராத்திரி பூராம் வண்டியில இருந்ததில்லையா? குளிச்சு ஏதாவது சாப்டுட்டு மாடில போய்ப் படுத்துக்க.”

அப்பாவின் சொல்படி வடக்குப்புறக்குளத்தில் போய் ஆசை தீரக் குளித்தான். ஹாஸ்டலின் ஷவர்பாத்தைவிடவும் ஆனந்தமாக இருந்தது.

சாப்பிட்டுவிட்டு மாடியிலுள்ள நாற்காலியில் சாய்ந்தபோது ஆசுவாசமாக இருந்தது. நல்ல உடல் சோர்வு. வண்டியில் கூட்டம் அதிகம். இரவு முழுவதும் தூக்கமில்லாமல் நெரிசலில் சிக்கி நேரத்தைக் கடத்த வேண்டியதாயிற்று.

சிகரெட்டின் புகைச்சுருள் பகல் கனவுபோல் காற்று வெளியில் அலைந்து செல்வதைப் பார்த்துக்கொண்டிருக்கும்போது லீலா வந்தாள்.

"இதை எப்பண்ணா ஆரம்பிச்சே?"

"எதை?"

"சிகரெட் பிடிக்கிறதை."

"நீ உன் சோலியைப் பாத்துட்டுப் போ புள்ளை."

"இதுல ஒரு சிகரெட் எடுத்து அப்பாவுக்குக் கொடுக்கட்டுமா, கோபிண்ணா தந்தான்னுட்டு."

லீலா ஒன்பதாம் வகுப்பில் படிக்கிறாள். ஆனாலும், சுட்டித்தனம் மாறாத குறும்புக்காரி.

"நீ எங்க இருந்து புள்ளை இவ்வளவு அதிகப்பிரசங்கித்தனம் கத்துக்கிட்டே?"

"ஓஹோ ... அப்ப இரு, அப்பாட்ட சொல்றேன். நான் கேட்டதைக்கூட நீ வாங்கிட்டு வரலை இல்லை?"

உண்மைதான். அவன் அதை மறந்துவிட்டான். அவள் கேட்டது, மார்பிளால் செய்யப்பட்ட பெட்டி. நகைகள் வைப்பதற்காக. அதைப் பற்றி அவள் நீண்ட விவரணைகளுடன் போன முறை ஒரு கடிதமும் எழுதியிருந்தாள். சோப்பு டப்பாவை விடவும் கொஞ்சம் பெரிதாக இருக்கட்டும். கடிதத்தை வாசிக்கும்போது வாங்கிவிட வேண்டுமென்று முடிவு செய்தான். ஆனால், மறந்துபோய்விட்டது.

"நான் அதை மறந்துட்டேன் புள்ளை. இனி எங்காவது இருந்து ..."

"வேணாம். அவ்வளவு ஒண்ணும் நீ கஷ்டப்பட வேணாம். இனி நீ வாங்கித் தந்தாலுமே எனக்கு வேணாம்."

அவள் வருத்தத்துடன் சொன்னாள்.

"வேணாம்னா வேணாம். நல்ல புள்ளைகள்னா இப்படித்தான் இருக்கணும்."

"சிகரெட்டை எடுத்து நான் அப்பாட்ட காமிச்சுத் தரேன்."

"அப்புறம் உன் செவி உனக்குப் பிரயோஜனப்படாது ..."

அவள் வெளிநடப்புச் செய்தாள். போகும்போது கோபிக்குக் கேட்கும்படி முணுமுணுத்தாள்: "மதறாசுக்காரங்குற பீத்தப் பெருமை."

ஜன்னலின் இரும்புக் கிராதிகளைப் பிடித்தபடி அவன் வெளியே பார்த்தான். வெயில் மங்க ஆரம்பித்திருந்தது. கமுகந்தோப்புகளுக்கப்பால் வறண்டு கிடந்த வயல்கள். அதற்குப் பின்புறம் ஆறு. வெயில் காலம் என்பதால் அது சிறிய நீரோடையாக மாறியிருந்தது. மறையவிருக்கும் மஞ்சள் வெயிலில் அதன் மணல் பரப்பு பொன் துகள்களாக மாறியிருந்தது.

ஆற்றங்கரைக்குச் சமமாக நீண்டு கிடக்கும் செம்மண் பாதையில் ஒரு காளை வண்டி நகர்ந்து செல்வது தெரிந்தது.

அமைதியான அந்த நிலப்பகுதியைப் பார்க்கும்போது நேற்றுவரை அவன் வாழ்ந்த இரைச்சல் மிகுந்த நகரம் நினைவுக்கு வந்தது…

நான்கு வருடங்களை அங்கே கழித்திருக்கிறான். கோழிக்கோட்டிலோ பாலக்காட்டிலோ உள்ள கல்லூரியில் சேர்ந்தால் போதுமென்றுதான் அப்பா சொன்னார். கோபி முடிவாகச் சொல்லிவிட்டான் மதறாஸ்தான் என்று. மாவட்டத் தலைநகரங்களைவிடவும் மதறாஸ்தான் படிப்பதற்குச் சிறந்ததென்று சொன்னதை அப்பாவும் ஒப்புக்கொண்டார்.

ஊர் வாத்தியிடமிருந்து பெற்றதைத் தவிர குஞ்சு நாயருக்குப் படிப்பு என்று எதுவுமில்லை. படிப்பின்மீது பெரிதாக நம்பிக்கையுமில்லை. “படிக்கிறதையும் பாஸாகுறதையும் வெச்சா நான் இம்புட்டு சொத்து சம்பாதிச்சிருக்கேன்” என்பார்.

ஆனால், கோபி படிக்க வேண்டுமென்றான். அதுவும் மதறாசில்தான் படிக்க வேண்டுமென்றான். இரண்டையுமே அவர் ஒப்புக்கொண்டார். குஞ்சுநாயர் ஒரு கருமி என்பது பொதுமக்கள் கருத்து. அவர் ஒப்புக்கொள்வதற்கு இரண்டு காரணங்கள். கோபியும் லீலாவும் தாயில்லாத பிள்ளைகள். குஞ்சுநாயருக்குத் தனது பிள்ளைகள் என்றால் உயிர். அப்புறம், பணப் பிரச்சினை மட்டும்தான். கடவுள் கிருபையால் அது அவருக்குச் சிரமமில்லை.

பெருநகர வாழ்க்கை கோபியை உடைத்து வார்த்தது. மேனர்சும் ஃபேஷனும் கற்றுக்கொண்டான். நவநாகரிகமான நண்பர்கள் ஏராளம். நாகரிக வாழ்க்கையுடன் இணக்கமானான். விருப்பம்போல் செலவு செய்வதற்குப் பணமும் இருந்தது. மகிழ்ச்சியுடன் வாழ்வதற்கான எல்லாமும் அங்குண்டு. திரும்பி ஊருக்கு வர வேண்டுமென்று தோன்றியபோது வருத்தமாக இருந்தது. பார்க்கும் பீச்சும் பஜாரும் முதல் தரமான ஓட்டல்களும் சினிமா கொட்டகைகளும் வாழ்க்கைக்குத் தேவைதான் என்ற எண்ணம் உருவானது.

அவன் நண்பர்களிடம் சொல்வதுண்டு: “அது ஒரு நரகம் நண்பா, நரகம்... யூ காண்ட் இமேஜின் ஸச் ஆன் அன்கல்ச்சர்ட் ப்ளெய்ஸ்.”

ஆகவேதான் வெக்கேஷன் நாட்களிலும் வெளிமாநிலத்திலேயே இருந்துவிட்டான்.

படுத்துக்கிடந்து யோசித்தபடியே தூங்கிவிட்டான். கண்களைத் திறந்தபோது மணி ஐந்தரை. காப்பி குடித்து விட்டு பெட்டியையும் புத்தகங்களையும் அடுக்கி வைத்தான். ஃப்ரேம் செய்து கொண்டு வந்திருந்த படங்களைச் சுவரில் மாட்டினான். இரண்டு வாரங்களுக்கு முன்னால் எடுத்த ஃபுல் சைஸ் போர்ட்ரெயிட்டை சுவரில் ஒரு பழைய படத்தின் அருகில் தொங்க விடும்போது அவனையறியாமல் புன்முறுவல் வெளிப்பட்டது. ஆறாம் வகுப்பில் படிக்கும்போதுள்ள குடும்பப் புகைப்படத்திலிருந்து எடுத்து என்லார்ஜ் செய்யப்பட்ட படம். வீங்கிய கன்னங்களும் உயிரற்ற முகபாவமுமுள்ள பித்தம் பிடித்த சிறுவனின் படம். அதனருகில் தொங்க விடப்பட்ட படத்தில் கறுத்த கோட்டும் பூக்களுள்ள கழுத்துப்பட்டையும் அணிந்து நிற்கும் ஒரு அழகான இளைஞன். காலம் உருவாக்குகிற மாற்றங்களை அங்கே காண முடிந்தது.

பெட்டிக்குள்ளிருந்த கேமராவை வெளியே எடுத்தான். அதைத் தோளில் தொங்க விட்டபடி மெல்ல வெளியே இறங்கினான்.

சாயங்கால நேரங்களில் அறைக்குள் அடைந்து கிடப்பது கோபிக்குப் பிடிக்கவே பிடிக்காது. நகர வாழ்க்கையின்போது கல்லூரி விட்டால் நண்பர்களுடன் சேர்ந்து வெளியே செல்வான். பல இடங்களிலும் அலைந்து திரிந்து கடைசியில் மெரீனாவுக்கு வந்து சேர்வார்கள். பாட வகுப்புகள் தந்த வெறுப்பு, புன்சிரிப்புடன் விரிந்துக் கிடக்கும் மெரீனாவின் மடியில் தலைசாய்க்கும்போதுதான் தீரும். குளிர்ந்த மாலை நேரங்கள். குள்ள வாத்துகள்போல் குலுங்கி நடக்கும் ஆங்கிலோ இந்தியன் குமரிகள்... மணற் பரப்பின் வெண்மையில் வானவில்களைத் தோற்றுவிக்கும் கல்லூரி மாணவிகள்... வாழ்க்கையின் இனிமை ததும்பி வெளிப்படுவது இதுபோன்ற மாலை வேளைகளில்தான்.

வயலைக் குறுக்காகக் கடந்து அவன் வெட்டு வழியில் ஏறினான். கிராமத்து மனிதர்கள் கையில் இலைப்பொதிகளும் மீன் கோர்வையுமாக நடந்துகொண்டிருந்தனர். அதில் பலரும் மரியாதையுடன் வழிவிட்டு ஒதுங்கி நின்றனர்.

“எப்பப்பு வந்தீக?”

“இன்னைக்குத்தான்.”

“மதறாசுலதானே, இல்லையா?”

“ஆமா.”

ரோட்டோரத்திலுள்ள களத்து மேடுகளில் கால்நடைகளை மேய்த்துக் கொண்டிருந்த சிறுவர்களுக்கும் அவன் ஒரு வியப்புக்குரிய மனிதனாகவே தோன்றியிருக்க வேண்டும். உடல் அசையும்போது மின்னும் இளம் நீல பனியனும் உதட்டில் புகையும் சிகரெட்டுமாக நடந்துகொண்டிருக்கும் அவனை அவர்கள் விரிந்த கண்களால் பார்த்துக்கொண்டு நின்றனர்.

ஒரு சிறுவன் சொன்னான்: “அது போட்டோ எடுக்குற பொட்டிடா மம்மது...”

கோபிக்குச் சிரிப்பு வந்தது. பெரிய கொம்புகளுள்ள ஒரு எருதின் முதுகில் சாட்டைக்கம்பை அசைத்தபடி குட்டி எமன் போன்ற பாவனையில் சவாரி செய்துகொண்டிருந்த ஒரு செறுமன் பையனை அவன் கேமராவில் பதித்தான்.

அவர்களைக் கடந்து சுமைதாங்கியின் அருகில் ஆற்றுக்கு இறங்கும் வழி...

அவன் மணற்பரப்பில் இறங்கினான். வெறுமையாகக் கிடக்கும் ஆற்றைக் கண்டபோது கோபிக்கு, கிராமத்தான்கள் தனி மிருகங்கள்தான் என்று தோன்றியது. மாலைப்பொழுதுகளை அனுபவிப்பதற்கு இவ்வளவு அருமையான வாய்ப்புகள் இருந்தும் ஆற்றங்கரை இப்படி வெறிச்சோடிக் கிடக்கிறதே.

கீழே தண்ணீர் அதிகமுள்ள பகுதியில் சிலர் மாடுகளைக் குளிப்பாட்டிக் கொண்டிருந்தனர். சற்றுத் தொலைவில் செறுமிப் பெண் ஒருத்தி குளித்துக் கொண்டிருந்தாள்.

மணலிலுள்ள ஒரு மேட்டுப் பகுதியில் அவன் உட்கார்ந்தான்.

உச்சியின்மீது நீலமேகங்கள் ஒன்றன் பின் மற்றொன்றாய் கீழ்வானச் சரிவை நோக்கி நகர்ந்துகொண்டிருந்தன... தொலைவில் காவி உடையணிந்து கூனிக்குடியிருக்கும் இரண்டு குன்றுகள். மரக்கூட்டங்கள்... ஆற்றுநீரைக் கிச்சு முச்சு மூட்டிக்கொண்டிருந்தது இளங்காற்று.

“சுந்தர ஸ்வப்னா பீத்... கயா...”

வெள்ளை மணற்பரப்பில் மல்லாந்து கிடந்து பாடவேண்டும் போலிருந்தது அவனுக்கு.

கோபிக்கு ஹிந்தி சோகப்பாடல்கள் ரொம்பப் பிடிக்கும். மதறாசி நண்பர்களில் ஒரு இளைஞனிருந்தான் – பிரபாகரன். நன்றாகப் பாடுவான். அவனது பாட்டில் கரைந்து மணிக்கணக்காக உட்கார்ந்திருப்பான் கோபி.

நண்பர்களை நினைத்துப் பார்த்தான். எல்லோரும் ஊருக்குப் போயிருப்பார்கள். நல்ல கலாரசனையுள்ள நண்பர்கள். அதில், கவிஞர்களும், நடிகர்களும், பாடகர்களுமுண்டு. கல்லூரியில் மகாகவி என்று பெயரெடுத்த ஒருவன் அடுத்த அறையில்தானிருந்தான். இதுபோன்ற அழகான, அமைதியான மாலை வேளைகளில் கூடவே அவர்களும் இருந்தால், போதுமென்கிற அளவுக்குக் கவிதைகள் கேட்டுக்கொண்டே இருக்கலாம். கோபிக்கு மூடு வந்தால், பக்கத்தில் இருப்பவர்களைச் சும்மாயிருக்கவே விடமாட்டான்.

அந்தி சாய்ந்துகொண்டிருந்தது. தொலைவில் தொட்டுத் தொட்டுக் கிடக்கும் குன்றுகள் இருள் கம்பளி போர்த்திக்கொள்வதற்கான ஆயத்தங்களில் ஈடுபட்டன. கறுத்துக் கனத்த அந்தி மேகங்கள் ஆகாயச் சரிவில் தங்கி நின்றிருந்தன. கோபி வாட்சைப் பார்த்தான் – மணி ஆறரை. விருந்துக்கு அழைப்பில்லாமல் வந்தேறிய அறிமுகமற்ற நபர்போல் உச்சியின்மீது வெளிறி நின்றிருந்தாள் நிலாப்பெண்.

கோபி எழுந்தான். தலையிலிருந்தும் முழங்கையிலிருந்தும் மணல்கள் உதிர்ந்து விழுந்தன. பின்புறம் ஒட்டிய மணலைத் தட்டிவிட்டு, மெல்லிய குரலில் சீட்டியடித்தபடி நடந்தான். நேரம் இருட்டியிருந்தது.

ஆற்றங்கரையில் வட்டமாகத் தோண்டியிருந்த குழியில் தெளிந்த நீரைக் கண்டபோது முகம் அலம்பத் தோன்றியது. அசைவற்ற நீரில் ஒரு மேகத்துண்டும் நிலவும் தெரிந்தன. அலங்காரம் செய்து விட்டு நீரில் முகம் பார்ப்பதுபோல். அவன் வேட்டியை மடித்துக் கட்டிவிட்டு நீரிலிறங்கினான். மூட்டளவு நீரிருந்தது. உடைந்து சிதறிய சந்திர பிம்பத்தின் கீற்றுகள் நீரில் அசைந்தாடுவதைப் பார்த்தபடியே நிற்கும்போது பின்னாலிருந்து ஒரு குரல்.

“பின்னே.”

யாரைப் பார்த்தோ என்னமோ? அவன் திரும்பிப் பார்த்தான். மங்கியதோர் ஒளியில், தலையில் தட்டத்துடனும் இடுப்பில் மண்குடத்துடனும் ஒரு உம்மாப் பெண் நிற்கிறாள்.

“இது குடி வெள்ளம். கால் அலம்பறதுக்கு வேற எடம் பாருங்க.”

கைக்குவியலில் மொண்ட நீரைக் கொட்டிவிட்டு குழியிலிருந்து அவன் மேலே ஏறினான். முகத்தில் அசடு வழிந்தது.

“நான் கவனிக்கலை.”

தவறை அவன் ஒப்புக்கொண்டான்.

“கவனம் இருக்காதுதான்.”

அவளது கைகளில் கிடந்த கண்ணாடி வளையல்கள் மெல்லச் சிணுங்கின.

மணற்பரப்பிலிருந்து பூத்தெழுந்த ஆம்பல் மலர்போல் நின்று கொண்டிருந்தாள்.

அவன் சற்று விலகி நின்றான். அவள் குழியின் அருகில் வந்து குடத்தை நீரில் அமிழ்த்தினாள்.

“தண்ணி கலங்கியிருக்குமே.”

பொதுவாகச் சொல்வதுபோல் சொன்னான்.

“நீங்க கலக்குன தண்ணியையும் நாங்க குடிக்கணும்தான்.”

உண்மையில் அவன் சற்றுப் பதறிவிடத்தான் செய்தான். யாரிவள்? நினைவுப்படுத்திப் பார்த்தான்... ஓ... குஞ்ஞாத்தும்மாவோட...

“நீ ஃபாத்திமாதானே?”

“அப்ப, உங்களுக்குக் கண்ணெல்லாம் தெரியும்?”

“உன்னை முதல்ல பாத்தப்ப யார்னு விளங்கலை...”

“பெரிய ஆளுகளாகும்போது வெளங்காதுதான்.”

அவள் மெல்லச் சிரித்தாள். அவன் பார்த்தபடியே நின்றிருந்தான்.

நீர் நிரப்பிய குடத்தை இடுப்பில் வைத்து அவள் திரும்பி நடந்தாள். இரண்டடி நடந்து விட்டுத் திரும்பிப் பார்க்காமலேயே ஒரு கேள்வி:

“மதறாசுக்காரங்க எதைப் பாக்குறதுக்காக நம்ம ஆத்துல?”

“பாக்குறதுக்கு ஒண்ணுமில்லை. இப்பப் பாத்துட்டேன்.”

அது அவளது காதுகளில் விழுந்ததோ என்னமோ! விழவேண்டுமென்ற எண்ணத்தில்தான் சொன்னான். குரல்தான் தாழ்ந்துபோய் விட்டது.

அவன் மேலுமொரு நிமிடம் அங்கேயே நின்றான். சுற்றிலும் அமைதி சூழ்ந்திருந்தது.

வேகமாக நடந்தான். ஃபாத்திமாவைப் பற்றி யோசிக்காமல் இருக்க முடியவில்லை. நான்கு வருடங்களுக்கு முன்பு, குச்சிபோல் மெலிந்து காய்ந்து போயிருந்த இந்தப் பெண் எவ்வளவு வேகமாக வளர்ந்து மலர்ந்து விட்டாள். குஞ்ஞாத்தும்மாவுடன் அவள் பல தடவை இல்லத்துக்கு வந்திருக்கிறாள். அதற்கு முன் ... அதையும் அவன் நினைத்துப் பார்த்தான். வயலோரத்தின் மாமரத்தினடியில் மாம்பழங்கள் பழுத்து விழத் தொடங்கினால் பகல் முழுவதும் அவன் காத்திருப்பான். ஒழுகி வடியும் மூக்கும் கழுத்தளவுள்ள தலை முடியிலிருந்து நீண்டுக் கிடக்கும் கறுத்த சரடும் மாம்பழச் சாறு படிந்த சிவப்புத் துணியும் அவனுக்கு இப்போதும் நினைவிருந்தது. ஆற்றில் மழை வெள்ளம் சேருவதுபோல்தான் பெண்களிடம் இளமை வந்து சேருகிறது என்று அவனுக்குத் தோன்றியது.

முற்றத்துக்கு வரும்போது பெரிய கம்பி ராந்தல் வெளிச்சத்தில் அப்பா உட்கார்ந்து பத்திரிகை வாசித்துக்கொண்டிருந்தார்.

“யாரது?”

“நான்தான்.”

“எங்கடா போயிருந்தே?”

“ஆற்றங்கரையில கொஞ்சம் நடந்துட்டு வர்றேன்.”

கோபி உள்ளே போனான். அப்பா நினைத்துக்கொண்டார்: “பய, பரீட்சைக்காக மண்டையைப் புண்ணாக்கிக்கிட்டான் போலிருக்கு. இறங்கி கொஞ்சம் ஆசுவாசப்படுத்திக்கிறதுக்கு இப்பதான் நேரம் கிடைச்சிருக்கும்.”

எங்கிருந்தோ கிடைத்த ‘ரமண’னை மாடியறையில் மேஜையின் முன்னாலிருந்து வாசித்துக்கொண்டிருந்தாள் லீலா. கோபிக்கு வழக்கத்துக்கு மாறான உற்சாகம் தோன்றியது. அவன் தங்கையின் அறைக்குள் சென்றான். அவளுடனான பிணக்கத்தையும் தீர்க்க வேண்டுமே ...

“இன்னைக்கு உனக்குப் படிக்க வேண்டியது ஒண்ணுமில்லையா, புள்ளை?”

“ஹோம் ஒர்க். மண்டை காய்ஞ்சி உக்காந்திருக்கேன். எவ்வளவு முயற்சி செய்தும் கணக்கு சரியா வரமாட்டேங்கு. கோபிண்ணா கொஞ்சம் செஞ்சு தருவியா?”

“என்ன கணக்கு?”

“கூட்டு வட்டி. இல்லன்னா வேணாம். கூட்டு வட்டியைக் கண்டுபிடிக்கிறதுக்கான ஃபார்முலா சொல்லித் தந்தா போதும்.”

"கூட்டு வட்டிதானே?" அவன் அடுக்கி வைத்திருந்த புத்தகங்களின் அட்டையைப் புரட்டி விட்டுச் சொன்னான்: "கூட்டு வட்டி எதுக்கு புள்ளை? சாதா வட்டி போதாதா?"

"கணக்குல கூட்டு வட்டிதான் கேட்டிருக்கு."

"உன் கணக்கு சார் யாரு?"

"ஒரு புதிய ஸேர். கோபிண்ணா அளவுதான் இருப்பாரு. கணக்கு சொல்லல்லேன்னா நாளைக்கு கேலி செஞ்சே கொன்னுருவாரு."

"உன் கணக்கு ஸேரை எங்காவது போய் சாகச் சொல்லு."

கணக்கு சாரை ஏளனமாகப் பேசியது அவளுக்குப் பிடிக்கவில்லை.

"ஆமா, பெரிய பி.ஏ.காரன்னு சொல்லிட்டா போரும். கூட்டு வட்டிக்கு ஃபார்முலாகூட தெரியல…"

அவனுக்குச் சிரிப்பு வந்தது. பாவம்… கள்ளங்கபடமில்லாதவள். பெண்கள் எல்லாருமே இவளைப்போல்தான் இருப்பார்களா? ஃபாத்திமா?

"லீலா, உனக்கொரு வேடிக்கை தெரியுமா?"

"என்ன?"

"நான்…" சொல்லி விட்டு அவன் நினைத்துப் பார்த்தான். "நான், சாயங்காலம் ஆத்துப்பக்கமா நடந்துட்டிருந்தனா? வழியில உள்ள ஒரு பள்ளத்துல அப்படியே விழுந்துட்டேன்…"

"சரிதான், ரொம்ப நல்லதாப் போச்சு."

"வேட்டில்லாம் நனைஞ்சுடுச்சு. யாரோ தண்ணி யெடுக்குறதுக்குத் தோண்டுன பள்ளமா இருக்கும்."

"இனி ஃபாத்திமாவைப் பாக்கும்போது ஊற்றை உடைச்சதுக்கு கேஸ் போடச் சொல்லணும்…"

"ஃபாத்திமா யாரு?"

"கோபிண்ணாவுக்கு நினைவில்லையா? நம்ம படிக்கட்டு பக்கத்துல உள்ள குஞ்ஞாத்தும்மாவோட…"

"ஓ…"

புரிந்துவிட்டதுபோல் காட்டிக்கொண்டான்.

"உன் ஃபாத்திமா எதுக்கு புள்ளை ஆத்தங்கரைல பள்ளம் தோண்டி வைக்கிறா?"

லீலாவின் மேஜைமீதிருந்த காகிதப்பூக்களை வருடிவிட்டு அவன் தனது அறைக்குச் சென்றான்.

தூங்குவதற்காகப் படுத்திருந்த அவன் முதல்நாளின் ரயில் பயணத்தையும் ஷொர்ணூரில் வைத்து தோழியைப் பிரிந்ததையும் நினைவுகூர்ந்தான். பளிச்சென்ற வானமும் மெல்லிய நிலவு போர்த்திய கிராமமும் ஜன்னலினூடே தெரிந்தன. அசைவற்ற அக்காட்சிகள் ஒரு கனவுலகை உருவாக்கின.

கண்ணிமைகளில் உறக்கம் உதடு பதிக்க ஆரம்பித்தது. வெண்ணிற மணற்பரப்பிலிருந்து எழுந்த ஓர் ஆம்பல் மலர், மங்கிய மனப்பரப்பில் படர்ந்துகொண்டிருந்தது.

மறுநாள் சீக்கிரமாகவே அவன் மணற்பரப்பில் போய் உட்கார்ந்து கொண்டான். முதல் நாளிருந்த மனநிலை அப்போதில்லை.

இருட்டுவதற்குள் அவளும் வந்துவிட்டாள். அவளைப் பகல் வெளிச்சத்தில் பார்க்கிறான். சிவந்த உதடுகளில் புன்னகை படர்ந்திருந்தது. தட்டம்[1] நெற்றியின் பகுதிவரைக்கும் இறங்கியிருந்தது. வெண்மேகப் படலத்தின்கீழ் அதிகாலையில் வெளிறித் தெரியும் சந்திரனை நினைவூட்டியது அம் முகம். தவழ்ந்திறங்கும் இருள் கீற்றுகள் போலிருந்த தலைமுடி முக்காட்டின் மறைவுக்குள்ளிருந்து வெளியேறி காற்றில் அலை பாய்ந்துகொண்டிருந்தது. வீதியுள்ள நீலக்கரை தோய்த்த வெளுத்த காய்ச்சி முண்டு[2] உடுத்தியிருந்தாள். முழுமையாக அவள் மலர்ந்து முடிக்கவில்லை. அதன் முழுமைக்குள் வந்து நிற்கிறாள்.

குடத்தை அமிழ்த்துவதினிடையே அவன் உட்கார்ந்திருந்த இடத்தை நோக்கி அலட்சியமாகக் கண்களை ஓடவிட்ட அவள் சுதாரித்து அதைத் திருப்பிக்கொள்ளவும் செய்தாள்.

குடத்தை இடுப்பில் ஏந்திக்கொண்டாள். தட்டத்தை ஒழுங்குபடுத்தி விட்டு நிமிர்ந்தபோது கோபி உட்கார்ந்திருந்த இடத்திலிருந்து க்ளிக் என்றொரு சத்தம் வந்தது.

அவள் போகத் தொடங்கியபோதுதான் அவனுக்கு வார்த்தைகள் கிடைத்தன.

"ஓ... பாத்ததுபோலவே காட்டிக்க மாட்டேங்குற."

"கொஞ்சிட்டிருக்கவா குளத்தங்கரைக்கு வருவாங்க?"

---

1. ஒருவகை முக்காடு
2. முஸ்லிம் பெண்கள் உடுத்தும் கைலி

சொல்லிவிட்டு அவள் பார்த்தாள். கோபத்துடனல்ல. குறும்புத்தனம் ததும்பி நிற்கும் சுருமா[3] தீட்டிய விழிகளுடன்.

அது ஒரு வழக்கமாகவே மாறியது. சாயங்கால வேளைகளில் அவன் மணற்பரப்பில் வந்து உட்கார்ந்துகொள்வான். இருட்டுவது வரைக்கும்.

முதலில் எல்லாம் ஒரு குடம் தண்ணீர்தான் அவளுடைய தேவையாக இருந்தது. பிறகு தேவை அதிகரித்து மூன்று நான்கு முறை குடத்துடன் வந்தாள். அவன் அவளைப் பார்த்தபடி அப்படியே உட்கார்ந்திருப்பான். தொலைவிலெங்கோ மலர்ந்து நிற்கும் பூக்களிலிருந்து காற்றில் தவழ்ந்து வரும் வாசனையை முகர்வதுபோன்ற ஒரு ஆனந்த உணர்வு அவனுக்குள் உருவானது.

அந்த ஆற்றங்கரை பெரும்பாலும் வெறிச்சோடித்தானிருக்கும். கண்ணுக்கெட்டிய தொலைவு வரைக்கும் ஆட்கள் தென்பட வில்லை என்றால் மட்டும் அவனது கேள்விகளுக்குப் பதில் சொல்வாள். அந்தக் கண்கள் பேசும் வார்த்தைகளிலும் உதட்டில் ஊறும் புன்முறுவலிலும் அவன் திருப்தியடைந்தான்.

ஒருநாள் அவன் கேட்டான்: "ஃபாத்திமா ஒரு படம் பாக்குறியா?"

"என்ன படம்?"

"தண்ணிக்குடத்தைத் தூக்கிட்டு நிக்கிற அழகான ஒரு பெண்ணோட ஃபோட்டோ?"

"யாரு அவ?"

"எனக்குத் தெரியலை. பாக்குறியா?"

"உம்."

"கிட்ட வந்தா காமிச்சுத் தரேன்."

அவள் அதற்குத் தயாராக இல்லை. ஃபோட்டோவும் பார்க்க வேண்டும். அதற்கான வழியை அவளே கண்டு பிடித்தாள். அவன் உட்கார்ந்திருக்கும் இடத்திலேயே ஃபோட்டோவை வைத்துவிட வேண்டும். பறந்து விடாமலிருக்க அதன்மீது ஒரு கல்லும் வைத்து விட்டு அவன் எழுந்து நடக்க வேண்டும். அதனிடையே அவள் வந்து அதைப் பார்த்துக்கொள்வாள்.

"என் மேல் இவ்வளவு பயமா?"

"பயப்படுறதுக்கு நீங்க என்ன ஷைத்தானா?"

---

3. கண்மை

"அதையேதான் நானும் கேக்குறேன். பிறகென்ன?"

"யாராவது..."

அவள் சொன்னபடி ஃபோட்டோவை மணலில் வைத்து விட்டுக் கொஞ்ச தூரம் நடந்தான். திரும்பி வந்தபோது அவள் வெட்கத்துடன் சிரித்தபடி சொன்னாள்:

"நீங்க... நீங்க பயங்கரமான ஆளுதான்."

"ஏன்?"

"அது என்னைப்போலவே இருக்கு."

"போல இல்லை, நீயேதான். நான்தான் எடுத்தேன்."

ஏனென்று அவள் கேட்கவுமில்லை. அவன் சொல்லவுமில்லை.

தண்ணீர் நிரப்பிய குடத்தை மணலில் வைத்துவிட்டுச் சில நிமிடம் அப்படியே நின்றாள்.

"ஃபாத்திமா."

அவள் முகத்தை உயர்த்தினாள்.

"ஃபாத்திமாவோட முழுப் பெயரென்ன?"

"உம்மாவும் வாப்பாவும் பாத்தும்மான்னுதான் கூப்பிடுவாங்க."

"ஃபாத்திமா பீபின்னா நல்லாருக்கும்..."

அவள் விரிந்த கண்களுடன் அவனது முகத்தைப் பார்த்துப் புன்னகைத்தாள்.

"நான் எப்படிக் கூப்பிடப் போறேன் தெரியுமா?"

"உங்களுக்கு இப்ப என்னதான் பண்ணுது?"

"பீபின்னு..."

அவள் தண்ணீர்க் குடத்துடன் நடந்தாள். கொஞ்ச தூரம் சென்றதும் திரும்பிப் பார்த்தாள். உதடுகளில் அப்போதும் புன்னகை மாறவில்லை. அவன் சற்று உரத்தக் குரலில் கூப்பிட்டான்.

"பீபி..."

ஆற்றங்கரையின் நிசப்தத்தில் அது கரைந்து சேர்ந்தது.

நடுச்சாமமும்
நண்பகல் வெளிச்சமும்

ஆணுக்கும் பெண்ணுக்குமிடையிலான ஒரு உறவு என்பதற்கு மேலாக, காதலின் மாதிரி வசனங்கள் எதுவும் கோபிக்குத் தெரியாது. கல்லூரி நண்பனான யுவகவிஞன் நிறைய சொல்லியிருக்கிறான்... அதில் எதுவுமே இப்போது நினைவில் இல்லை.

இளைஞன் ஒருவன் ஒரு யுவதியைப் பார்க்கிறான். அவளது அழகை ஆராதிக்கிறான். அவளைப் பார்த்துக்கொண்டே இருப்பதில் இன்பமும் அவள் பேசுவதைக் கேட்பதில் ஆனந்தமும் கிடைக்கிறது. இதன் இணைவுதான் காதலா என்பதெல்லாம் தெரியாது. அவளது அழகிய உருவம் மனதுக்குள் அவ்வப்போது தெளிவாகத் தென்படுவதையும் இதில் சேர்த்துக்கொள்ள வேண்டும்.

இருபத்துமூன்று வருட வாழ்க்கையில் பல பெண்களுடன் அவனுக்கு நெருக்கமான நட்பு இருந்திருக்கிறது. நிறைய மாணவிகள் நண்பர்களாகவும் இருந்தனர். 'ஏசியானிக்' ஹோட்டலில் ஒரு மேஜையில் எதிரெதிரில் உட்கார்ந்து அவர்களுடன் பேசியுமிருக்கிறான். ஆனால், அதற்கதிகமாக அவர்களிடமிருந்து எதையும் அவன் எதிர்பார்க்கவில்லை.

கல்லூரி நண்பர்கள் சிலர் நினைவுக்கு வந்தனர். நிரந்தரமாகவே காதல் வயப்பட்டிருந்தவர்கள். ஹோட்டல் அறைகளில் சில மணி நேரம் மட்டும்

எம்.டி. வாசுதேவன் நாயர்

நீடிக்கிற காதல் கதைகளின் நாயகர்கள்... இப்படியாக பலதரப்பட்ட வர்கள்.

உணர்வுபூர்வமான பலவீனங்களும் இருந்தன. கீழ்மையின் எல்லைவரை சென்ற சில தருணங்களுமுண்டு. ஆனால், அப்போதெல்லாம் அவன் பின்வாங்கி விட்டான். நண்பர்களில் பலருடைய கண்களுக்கு அவன் வெறும் பயந்தாங்குளியாகவே இருந்தான்.

எண்ணங்களும் கனவுகளுமாக நாட்கள் கடந்துகொண் டிருந்தன...

பகல் முழுவதையும் அறைக்குள் கழிக்கும்போது கோபிக்குச் சற்று ஆறுதலாக இருப்பது, சாயங்காலம் மணல் பரப்பில் போய் உட்கார்ந்து கொள்ளலாம் என்ற நினைப்புதான்.

சரியாக நான்கு மணிக்கு வெளியே புறப்படுவான். ஒரு ஃபர்லாங் தொலைவில் ஒட்டு மாமரமும் முந்திரி மரமும் வாழைகளும் அடர்ந்த அந்தச் சிறு குடிசை தெரியும். அதுதான் பீபியின் வீடு. அவனது கண்கள் தொலைவில் தெரியும் தோப்பை நோக்கியே சுழித்திருக்கும். அப்பகுதியில் எங்காவது தெளிவற்ற ஒரு வெள்ளை உருவம் விலங்குகளின் கண்கள்போல் தோன்றி மறையவும் செய்யும்.

வெயில் மங்கினால் ஆற்றோரம் சென்று உட்கார்ந்து கொள்வான். யாரையும் எதிர்பார்த்து ஒன்றும் இங்கே இருக்கவில்லை என்று தன்னைத்தானே நம்ப வைப்பதற்கும் முயற்சி செய்வான். ஆனால், நிமிடங்கள் நகரும்போது இதயத் துடிப்பு அதிகரிப்பதுபோல் தோன்றும். ‘வருவாளா?’ ‘வருவாளா?’ மனதின் கேள்வியாக இருக்கலாம். கண்ணாடி வளை கிலுக்கம் அருகில் நெருங்கும்தோறும் ஆன்மாவின் அடித்தட்டினுள் குளிரலைகள் குடியேறும்.

பீபியின் வீட்டுக்காரர்களை அவனுக்குத் தெரியும். பெருநாளன்று, குஞ்ஞாத்தும்மா கொண்டு வரும் பலகாரங் களின் சுவை இப்போதும் நாவிலுண்டு. பீபியின் வாப்பா, அப்பாவைப் பார்ப்பதற்காக எப்போதாவது ஒரு தடவை இல்லத்துக்கு வருவார்... அவர் விவசாயம் செய்வது குஞ்சு நாயரின் நிலத்தில்தான்.

அக்கம் பக்கங்களிலுள்ள பல வீடுகளும் அந்தப் பெரிய இல்லத்தை நம்பியே வாழ்ந்தன. புராதனப் பெருமை வாய்ந்த குடும்பம். நாலுகெட்டும், நடுப்புரையும், முற்றமும், வராந்தாவும், உழவுக்காளையும், களத்து மேடும் அங்கு மட்டும்தான் உண்டு.

படிக்கட்டுகள் நிறைய செறுமர்கள். களத்துமேடு முழுவதும் அறுவடை செய்த பயிர்கள்.

அப்பாவுக்குப் பல எதிர்பார்ப்புகளுண்டு. கண்ணுக்கெட்டா தொலைவு வரைக்கும் வயல்களும் ஊர் முழுக்க நிலங்களும் வைத்திருந்தார். வருங்காலத்தில் அவை அனைத்தும் கோபியின் கைகளில்தான் வந்து சேரும். எல்லாவற்றையும் பாதுகாக்க வேண்டியவன் கோபிதான். அப்பாவின் எதிர்பார்ப்புகளுக்குக் குந்தகம் விளைவிக்காமல்தான் அவனும் வளர்ந்தான்.

இப்போது, சாயங்கால வேளைகளில் பீபியைப் பார்ப்பதற் காக ஆற்றங்கரையில் உட்கார்ந்திருப்பதை அப்பா அறிந்தால்..! மனதைக் குழப்பிக்கொள்ளாமலிருக்க நினைத்தான். எப்படி அறிய முடியும்?

ஒவ்வொரு காலடி வைப்பிலும் அப்பா அவனுக்கு அறிவுரை சொல்லியிருக்கிறார்.

"நம்ம குடும்பத்துக்குன்னு ஒரு அந்தஸ்து இருக்கு கோபி." அப்படியாக, பெருமித எண்ணங்கள்மீது கால்பதித்துதான் இன்றுவரை அவன் வளர்ந்தான். நான்கு வருட கல்லூரிப் படிப்பின் மூலம் அவனுக்குக் கிடைத்த லாபம், சிறு தைரியம்தான். அவனது நண்பர்களும் பெரிய குடும்பங்களில் பிறந்தவர்கள்தான். அதில் உயரதிகாரிகளின் பிள்ளைகளுமுண்டு. அவர்களுடைய வாழ்க்கைமுறைகளை அவன் பார்த்திருக்கிறான். நினைத்துப் பார்க்கும்போது அந்த உண்மைகள் மேலும் தெளிவடைகின்றன. இன்றுவரை அவன் கோழையாகவே வாழ்ந்திருக்கிறான்.

கல்லூரி முடிந்து வெளியே வருவதற்கு முந்தைய நாள் கேட்ட கதைகள்... தேர்வுகள் முடிந்த மகிழ்ச்சி ஹாஸ்டலில் அன்று அலையடித்தது. சின்ன மாதவன், சுயநினைவில்லாமல் மேஜைமீது கையை ஓங்கியடித்து விட்டுக் குழைந்த குரலில் அலறினான்.

"இன்னைக்கு கன்ஃபெஷன் நாள்டா.... கன்ஃபெஷன் நாள். நான்தான் ஃபாதர். அசல் கத்தோலிக்க ஃபாதர். வரிசையா நில்லுங்க."

ஜாலியான அந்தச் சூழ்நிலையை விரும்பி அனைவரும் வரிசையாக நின்றனர்.

"வாங்கடா... ஒவ்வொருத்தனா... பாவமன்னிப்புக் கேக்கணும்."

நெஞ்சில் விரலை ஊன்றியபடி மீண்டும் அறிவித்தான்.

"நான்தான் ஃபாதர்."

“உம்.”

சில்க் சட்டையைத் திருகியபடி அவன் சொன்னான்:

“இதுதான் அங்கி... பரிசுத்த அங்கி...”

பாவமன்னிப்பு முறைப்படி நடந்தது. நியாயத்திற்குப் புறம்பான கதைகளும் விவரணைகளும் தொடர்ந்து வந்து கொண்டே இருந்தன. கைதட்டலும் வாழ்த்துகளும் ஃபாதர் சின்ன மாதவனின் பிராயச்சித்த விதிகளும் முறையே நடந்தேறின.

கோபியின் வாழ்க்கை முறையை நண்பர்கள் நம்ப மறுத்தனர். அவன் அன்று வரையிலும் தூய்மையான வாழ்க்கை வாழ்ந்தான் என்பதை.

“கள்ளச் சாமியாரு. உன் பத்தினி விரதம் எங்களுக்குத் தெரியாதுன்னு நினைச்சுட்ட போலிருக்கு.”

நல்லவனான ஃபாதர் உபதேசித்தார்.

“கர்த்தர் மீதாணையாக சத்தியம்... மனுசனாக இருந்தா பாவம் செய்யணும்... இல்லேன்னா அவன் மனுசனே கிடையாது.”

அனைவருமே இதை ஏற்றுக்கொண்டனர்.

“எல்லாத்தையுமே தெரிஞ்சு வெச்சிருக்கணும். நானெல்லாம் அனுபவசாலி. கர்த்தர் மீதாணையாக சத்தியம்...”

அந்தச் சொற்கள் குறித்துப் பிறகு அவன் பலமுறை யோசித்திருக்கிறான்... அவனுக்கு இனிமேல்தான் பல விஷயங்கள் அனுபவிக்க உள்ளன.

...அருகில் கண்ணாடி வளையல்கள் கலகலத்தன. கோபி திடுக்கிட்டு விட்டான். பீபி.

“உம்?”

“ஏன் இவ்வளவு தாமதம்?”

“வானத்தைப் பாத்துட்டுக் கிடக்குறனே, உனக்காக.”

“வீட்டுல கொஞ்சம் வேலையிருந்துச்சு.”

அவன் எழுந்து நின்றான். அமாவாசை என்பதால் இருக்கலாம். நல்ல இருட்டு. அவள் தண்ணீர் நிரப்பிய குடத்தை மணலில் வைத்து விட்டு, நழுவி நெற்றியில் விழுந்த தட்டத்தை நேராக்கி விட்டு நிற்கும்போது அவன் முன்னால் வந்து நின்றான். அவள் திடுக்கிட்டு விட்டாள்.

அவனது நடுங்கும் உடலுக்கு சில அங்குலம் மட்டும் தொலைவில் அவள் நிற்கிறாள்..!

"பீ... பி."

எதையோ சொல்ல வந்த அவளது உதடுகள் தடுமாறி, சொற்கள் வெளிவருவதற்குள் முத்தத்தில் அமிழ்ந்துபோனது.

ஒரு நிமிடம்.

மூச்சு வாங்கியபடி அவனது மார்பிலிருந்து குதறி விலகினாள். நிறைத்து வைத்த குடத்துடன் ஒரு இனிய புலர்காலைக் கனவு போல் அவள் ஓடியகன்றாள்.

அரண்ட நிலவொளியில் அவள் நடந்து செல்வது தெரிந்தது. கொஞ்ச தொலைவு சென்ற பிறகு திரும்புவதுபோல் தோன்றியது... பயப்படுகிறாளா?

ஒரு காகிதப் பொதி அவனது காலடியில் வந்து விழுந்தது.

அதை எடுத்துப் பிரித்துப் பார்த்த கோபியின் முகத்தில் புன்முறுவல். அதில் வறுத்த முந்திரிப் பருப்பு இருந்தது.

ஒரு ஹிந்திப் பாடலின் வரிகளை உருவிட்டபடி அவன் வீட்டை நோக்கி நடந்தான். உதடுகளில் அப்போதும் இனிமை தங்கி நின்றது.

இரவில் தூக்கம் வராமல் படுத்திருக்கும்போது மனம் அந்த ஒரு நிமிடத்தின் இனிமையை அசைபோட்டுக்கொண்டிருந்தது.

அவள் தூங்கியிருப்பாளா? தொலைவில் அந்தச் சிறு குடிசையில் இருட்டறைக்குள் அவள் படுத்துக் கிடப்பாள். அவள் இப்போது எதை நினைத்துக் கொண்டிருப்பாள். அவன் எடுத்துக்கொண்ட அந்த ஒரு நிமிட சுதந்திரத்தை அசை போட்டுக்கொண்டிருக்கும்போது அவளுக்கு என்ன தோன்றும். வெறுப்புத் தோன்றியிருக்குமா? அப்படியென்றால், கொண்டு வந்திருந்த காகிதப்பொதியை எறிந்து தந்திருக்க மாட்டாளே...

மறுநாள் இன்னும் கொஞ்சம் தன்னம்பிக்கையுடன் அவளை அணுக வேண்டும் என்று நினைத்தான்.

ஆனால், துரதிர்ஷ்டவசமாக அன்று அவர்கள் முன்பின் தெரியாதவர்கள் போல் நடந்துகொள்ள வேண்டியதாயிற்று. அருகில் கால்நடைகளைக் குளிப்பாட்டிக்கொண்டிருந்த வயதான அந்தச் செறுமரை மனதிற்குள் அவர்கள் நூறு முறை சபித்தனர்...

மறுநாள் அமாவாசை. இருள் கனத்துக்கூடும்வரை அவன் காத்திருந்தான். அவள் வரவில்லை. திரும்பிப் போகும்போது

மனதுக்குள் இனம்புரியாத வேதனை படர்ந்திருந்தது. அது தொடர்ந்துகொண்டுமிருந்தது. வேதனையும் காத்திருப்புமாக நான்கு நாட்கள் கடந்துபோயின. அவனது உள்மனம் தேடுதலில் ஈடுபட்டது. "அவள் எங்கே?"

லீலாவுக்குத் தெரியுமோ என்னமோ? அயல் பக்கங்களில் நடக்கும் எல்லாமே அவளுக்குத் தெரியும். வெளிப்படையாகக் கேட்க முடியுமா? அந்தக் குறும்புக்காரி ஏதாவது நினைத்துக்கொள்வாள். சோதித்துப் பார்த்து விடுவதென்றே அவன் முடிவு செய்தான். ஆற்றைப் பற்றியும் அங்கே தோண்டப் படுகிற குழியைப் பற்றியும் அதிலிருந்து தண்ணீர் எடுக்க வரும் ஆட்களைப் பற்றியும் பொதுப்படையாகப் பேச்சைத் துவங்கினான். பேசிப்பேசி வரும்போது அவளாகவே ஃபாத்திமாவின் விஷயத்திற்கு வந்தாள்.

"கோபிண்ணா, ஃபாத்திமா எனக்கு முந்திரிப் பருப்பு தந்தா... அவங்க தோப்புல எவ்வளவு முந்திரி மரங்க நிக்குது தெரியுமா?"

"எப்ப தந்தா?"

ஆர்வத்தை வெளிக்காட்டாமல் கேட்டான்.

"மத்தியானம்."

மத்தியானம் சாப்பிட்டு விட்டுத் தூங்குகிற நேரத்திலாக இருக்கும். நாசம் பிடித்த இந்தப் பகல் தூக்கம்! உடம்புக்கும் நல்லதல்ல. எதுவாயினும் இனி அது தேவையில்லை.

"எதுக்காக வந்தா..?"

"ஆச்சிட்ட இருந்து கொஞ்சம் லேகியம் வாங்குறதுக்கு. குஞ்ஞாத்தும்மாவுக்கு உடம்பு சரியில்லையாம்..."

"உடம்புக்கு என்னவாம்?"

"வாதக்கோளாறுன்னு சொன்னா... அந்தப் பெண்ணு, நல்ல குணம்..."

"ஓஹோ..."

கேலி செய்வதுபோல் அவன் வியப்பைக் காட்டினான். ஒரு வாரத்திற்குப் பிறகுதான் அவன் ஃபாத்திமாவைச் சந்தித்தான்.

"உம்மாவுக்கு எப்படியிருக்கு?"

"பரவால்லை."

"படுக்கையிலதானா?"

"உம்."

“நீ வீட்டுக்கு வந்ததாக லீலா சொன்னா. நான் தூங்கிட்டிருந்தேன்.”

“நான் போறேன்.”

“பீபி...”

அவள் பொங்கிவந்த சிரிப்பை அடக்கிக்கொண்டு சொன்னாள்:

“என் பேரு பாத்தும்மா...”

“நான் பீபின்னுதான் கூப்பிடுவேன்.”

அவளது நீலக்கண்கள் ஒளிர்ந்தன. சொல்லத் தோன்றிய குறும்பை திடீரென்று அடக்கிக்கொண்டதுபோல்.

அவள் போன பிறகுதான் நினைவுக்கு வந்தது. கடந்த சில நாட்களாக மணற்பரப்பில் அவளுக்காகக் காத்திருந்து ஏமாந்ததைச் சொல்ல வேண்டும் போலிருந்தது... வாப்பாவும், உம்மாவும், மகளும் அடங்கிய சிறு குடும்பம் அவளுடையது. அந்தக் குடிசையும் தோப்பும் அவளது வாப்பா மரைக்காயர் மாப்பிளைக்குச் சொந்தமானதுதான். ஐந்து பறை[1] நெல் விளையும் குத்தகை நிலமும் கைவசமிருந்தது.

மரைக்காயர் மாப்பிளை அவ்வளவு நல்ல மனிதரில்லை என்பதுதான் ஊரிலுள்ளவர்களின் பொது அபிப்பிராயம். படைத்தவனின் முன் மட்டும்தான் இதுவரை அவர் தலை குனிந்திருக்கிறார். மனிதத்தன்மையில்லாத மனிதர் என்று அவரைச் சொல்வார்கள். வெள்ளிக்கிழமைகளில் ஜும்ஆ கூடுகிற நேரங்களில் மட்டும்தான் அவரை வெளியே பார்க்க முடியும். யாருடைய உதவியையும் அவர் எதிர்பார்த்து நிற்பதில்லை.

“நாம, ரத்தத்தை நீராக்கி உழைச்சா மட்டும்தான் வயிறு நிறையும். அப்புறம் என்னாத்துக்கு மத்தவுங்க முன்னாடி தலை குனிஞ்சு நிக்கணும்?” என்று கேட்பார்.

குஞ்ஞாத்தும்மா மூன்று பிள்ளைகள் பெற்றாள். வளர்ந்து வரும்போது ஃபாத்திமா மட்டும் மிஞ்சினாள்... பெரிய அளவிலான கஷ்டங்கள் எதுவுமில்லாமல் வாழ்ந்து வரும்போதுதான் குஞ்ஞாத்தும்மா படுக்கையிலானாள். முதலில் எல்லாம் அதை அவர்கள் பெரிதாக நினைக்கவில்லை. எழுந்திருக்க முடியாமலானபோது குருக்களை வரவழைத்தார்கள்...

“அந்த உம்மா நல்ல ஒரு குணவதி. அதுக்குப் போயி இப்படியான ஒரு நோயா? கஷ்டம்தான்...”

---

1. ஒரு அளவு

“மாப்பிளை அப்படியில்லை.”

மரைக்காயர் மாப்பிளை, மற்றவர்களின் பேச்சுக்கெல்லாம் காதுகொடுக்க மாட்டார். அவரும் ஃபாத்திமாவும் குஞ்ஞாத்தும்மாவைக் கவனித்துக்கொண்டார்கள். குருக்கள் தரும் மருந்துகளை மாற்றி மாற்றிக் கொடுத்துப் பார்த்தார்கள். நோய் குணமாக ஆரம்பித்தது. எழுந்து உட்காரவும் பேசவும் முடியும் என்றானது.

கசாயத்தை வற்ற வைத்து, மண் சட்டியிலாக்கி உம்மாவின் கட்டிலின்கீழ் மூடி வைத்துவிட்டு ஃபாத்திமா தோப்பில் இறங்கினாள். முந்திரி மரத்தடியில், வேலியோரம் கட்டப்பட்டிருந்த கன்றுக்குட்டி கொஞ்ச நேரமாகவே கத்திக் கொண்டிருக்கிறது. இன்னும் பால்குடி மாறவில்லை. அந்தக் கன்றுக்குட்டி ஃபாத்திமாவின்மீது பிரியமாக இருக்கும். கொம்பு முளைக்க ஆரம்பித்த அதன் தலையை வருடியபடியே கொஞ்ச நேரம் அவள் நின்றிருந்தாள். உம்மாவின் நோய் சற்றுக் குணமானது ஃபாத்திமாவுக்கு மகிழ்ச்சியாக இருந்தது. சாயங்கால வேளைகளில் மேற்கோரமாக உள்ள மகிழ மரத்தில் பூ பொறுக்க வேண்டும் போல் தோன்றியது. மகிழம்பூக்களின் வாசம் அவளுக்கு ரொம்பப் பிடிக்கும். மகிழம்பூக்களைக் காதிலையில் கோர்த்து அணிந்துகொண்டால் பார்க்க அழகாகவும் இருக்கும்.

“பீபி...”

மகிழம் பூக்களைப் பற்றி யோசித்துக்கொண்டிருக்கும்போது யாரோ கூப்பிடுவது கேட்டது.

பார்த்தபோது அந்தப் பக்கமுள்ள இடைவெளியில் கோபி நின்றிருந்தான்.

தீபவிக்கிரகம்போல் பளபளக்கும் அவளது கண்களையே உற்றுப் பார்த்தபடி அவன் நின்றுகொண்டிருந்தான். பகல் முழுவதும் வேலை செய்ததால் இருக்கலாம், அவள் வெயில்பட்ட மாந்தளிர்போல் சற்று வாடியிருந்தாள்.

“பீபி, உம்மாவுக்கு எப்படியிருக்கு?”

“கொஞ்சம் பரவால்லை.”

“தண்ணியெடுக்க வர்றதில்லையா?”

“உம்... உம்.”

“நான் தினமும் வந்து உக்காருவேன்...” அவள் திரும்பிப் பார்த்தாள். யாராவது தூரத்திலிருந்து பார்க்கிறார்களா?

கன்றுக்குட்டியின் கறுத்து மின்னும் உடலை வருடியபடியே அவள் கனவு காண்பதுபோல் நின்றிருந்தாள்.

"உன்கிட்ட சில விஷயங்கள் பேசணும். நான் முந்திரி மரத்தடியில வர்றேன். வருவியா?"

பதில் இல்லை.

"எல்லாரும் தூங்குன பிறகு வந்தா போதும். நான் வருவேன் பீபி..."

கோபியின் முகத்தை அவளால் ஏறிட்டுப் பார்க்க இயல வில்லை. அவன் சென்ற பிறகு அவள் கன்றுக்குட்டியின் கயிற்றைப் பிடித்தபடி மெல்ல நடந்தாள்...

சாப்பிட்டு முடித்த பிறகு திண்ணையில் வந்து நின்ற அவன், வேலைக்காரப் பையனிடம் சொன்னான்:

"டேய், என் போர்வையை எடுத்து இங்க கொண்டு வந்து போடு."

அப்பா கூப்பிட்டுக் கேட்டார்:

"கோபி எங்க படுக்குறே?"

"நான் இங்க வெளியறைல படுக்குறேன்பா. மாடியில பயங்கர சூடு."

பயங்கரமான சூடு. உடலுக்குள்ளும் வெளியிலும். துண்டால் விசிறியபடி முற்றத்தில் அங்குமிங்குமாக அவன் நடந்தான்.

நிமிடங்கள் கரைந்துகொண்டிருந்தன. பத்து மணிக்குள் இல்லமும் சுற்றுப்புறங்களும் அமைதியில் ஆழ்ந்தன. முன்கூடத் தில் வேலைக்காரன் மட்டும்... யாருக்கும் தொந்தரவில்லாமல் அறையிலிருந்து வெளியேறி விடலாம்...

நிலா வெளிச்சமில்லாத இரவு. வானப்பெருவெளியில் நட்சத்திரங்கள் சோர்வுடன் மின்னிக்கொண்டிருந்தன.

நெஞ்சுத் துடிப்புடன் அவன் இறங்கி நடந்துகொண் டிருந்தான்...

பயமுறுத்தும் கேள்விகள் மனதைக் குடைந்துகொண் டிருந்தன. யாராவது பார்த்தால் என்ன நினைப்பார்கள்? அப்பா அறிந்தால்..? பகல் பொழுதுகளில் ஊரார் முன் எப்படித் தலை நிமிர்ந்து நடக்க முடியும்..? அவர்களுக்கு எப்படித் தெரியப் போகிறது? உலகில் நள்ளிரவின் திரைமறைவில் யாருக்கும் தெரியாமல் என்னவெல்லாமோ நடக்கின்றனவே?

பீபியின் தோப்பின் எல்லையிலுள்ள மாங்கன்றின் கீழ் வந்து நின்றான். அவள் வரவில்லை. ஒளியின் நிழலில் பதுங்கி நின்றபடி நினைத்தான். அவள் வருவாளா?

வருவாள். வராமலிருக்க மாட்டாள். தன்மீது அவளுக்கு நம்பிக்கை இருக்கிறது. இரவு நேரத்தில் இடத்தைக் குறிப்பிட்டு வரச்சொல்லியிருக்கிறோம். வராமலிருந்தாலும் குற்றம் சொல்வதற்கில்லை.

யோசித்து யோசித்து அவனுக்குத் தன்மீதே வெறுப்பு உருவானது. ஊர்க்காரர்களின் பார்வையில் நல்லவனான ஒருவன், இருள் மறைவில் ஒரு அப்பாவிப் பெண்ணின் வருகையை எதிர்பார்த்துப் பதுங்கி நிற்கிறான்...

மகிழம் பூக்களின் நறுமணம்... மெல்லிய வளையோசையும். பார்க்கும்போது பீபி அருகில் நிற்கிறாள்... அவன் இடறும் குரலில் அழைத்தான்:

"பீபி..."

"பீபி..."

பெருமூச்சின் வெப்ப அலைகள் அவனது குரலோசையை ஸ்பரிசித்தது.

ஒரு கணம் திகைத்து நின்றான். உடலின் சக்தி முழுவதும் சோர்ந்துபோனது போல்.

கோபியின் கைவளையத்தில் வீழ்ந்த உடல், காற்றில் அகப்பட்ட காய்ந்த இலை போல் நடுநடுங்கியது.

"பீபி..."

"என்னால... என்னால... முடியல..."

அவன் அவளைப் பிடித்து உட்கார வைத்தான். கோபியின் தோளில் தலை சாய்த்து, வாடிய வாழைக்குருத்துபோல் கிடந்தாள் அவள்.

நிமிடங்கள் கடந்துபோயின...

"பீபி, நீ வரமாட்டேன்னு நினைச்சேன்..."

"உம்."

"எப்படி வெளிய வந்தே?"

"சாய்ப்பு வாசலைத் திறந்துட்டு... அல்லா... யாரும் பாத்துருவாக..."

"யாருக்கும் தெரியாது..."

அவனது தோள் உரச பக்கத்தில் உட்கார்ந்திருக்கிறாள்.

"என்னை உனக்குப் பிடிக்குமா?"

அவன் சிரித்தபடியே கேட்டான்.

அவள் பதில் சொல்லவில்லை. கண்கள் மணலில் நட்டு வைத்ததுபோல் தோன்றின. அவன், அவளது முகத்தைத் தன்பக்கம் சேர்த்தான்... அவளது கன்னத்தில் படியும் கண்ணீரில் உப்புச் சுவையிருந்தது.

"பீபி, நீ அழவா செய்றே?"

கற்பனையிலிருந்த காட்சியை அவனால் அப்போது உணர இயலவில்லை. படர்ந்தெரிந்த உணர்வுகள் அணைந்தடங்கியது போலிருந்தது. அந்தக் கண்ணீர்த் திவலைகள் அக்னி நாவுகள் படரும் அவனது மனதுக்குள் விழுந்தன.

"உன்னை அசிங்கப்படுத்துறதுக்காக இல்லை பீபி... நான்... உன்னைப் பாக்காம என்னால இருக்க முடியல."

"இதெல்லாம் சும்மாதானே சொல்றீங்க?"

"இல்லை..."

"நீங்க இங்கயிருந்து போயிட்டீங்கன்னா நாங்கள்லாம்..."

"உன்னை என்னால மறக்க முடியாது பீபி..."

"வாப்பா அறிஞ்சா உங்களைக் கொன்னுருவாங்க..."

"யாரு வேணும்னாலும் அறியட்டும்... நான் ஒரு ஆம்பிளை. நாம எப்படியாவது பிழைச்சிக்கலாம்."

பீபி நினைத்துப் பார்த்தாள். வெட்டுக் கத்தியை உயர்த்திப் பிடித்தபடி கோபத்துடன் அலறும் வாப்பாவின் உருவம் மனதில் தென்பட்டது...

"நிலவு வெளிச்சம் வந்துருச்சு..."

"வெளிச்சத்துல இருந்து நாம விலகி நிக்கலாம்."

"ம்ஹூம்."

"உம்?"

"யாராவது பாத்துருவாங்க."

மெல்லியதொரு நிலவு அவளது துடுத்த முகத்திலும் மலர்ந்தது...

நிமிடங்கள் நிரம்பித் ததும்பின. பிரபஞ்சம் அதில் மூழ்கி மாய்ந்தது. பூநிலவும் புளகாங்கிதமும் மனஇசைவும் மட்டுமுள்ள இடத்தை நோக்கி இரண்டு ஆன்மாக்கள் பறந்துயர்ந்தன.

O O O

முன்கூடத்தில் அப்பா, தன்னைச் சந்திக்க வந்திருக்கும் ஊர்க்காரர்கள் சிலருடன் பேசிக்கொண்டிருந்தார். சாயங்கால நேரத்து நடை முடிந்து திரும்பிய கோபி, அப்பாவின் கவனத்தை ஈர்த்து விடாமல் உள்ளே நுழைந்தான்.

மாடியில் அறை வாசலுக்கு வரும்போது அவனது டிரங்க் பெட்டியில் லீலா எதையோ ஆர்வமாகத் தேடிக்கொண்டிருந்தாள்.

"லீலா!"

அவள் டக்கென்று பெட்டியை மூடிவிட்டுத் துள்ளி யெழுந்தாள்.

"உன் குறும்பு கொஞ்சம் அதிகமாயிட்டே போகுது. பெட்டியை எதுக்குப் புள்ளை திறந்தே?"

"பெட்டியைத் திறந்து பாத்தது ஒரு குற்றமா?"

ஆல்பத்திலிருந்து எடுத்த ஃபோட்டோவைக் காட்டிய அவள் கேட்டாள்:

"ஃபாத்திமாவோட ஃபோட்டோ கோபிண்ணாவுக்கு எப்படிக் கிடைச்சுச்சு?"

அவனால் உடனே பதில் சொல்ல முடியவில்லை. பதற்றத்தை வெளிக்காட்டாமல் கேட்டான்:

"எந்த ஃபாத்திமா?"

"நம்ம ஃபாத்திமா தெரியாதா? குஞ்ஞாத்தும்மாவோட?"

அவன் தந்திரமாக அவளது கையிலிருந்த ஃபோட்டோவைப் பறித்தான்.

"இதுவா..? இது... ஒரு சினிமா ஸ்டாரோடது..."

"சினிமா ஸ்டார் ஃபோட்டோவா? நல்லாருக்கே... ஃபாத்திமா எப்ப சினிமாவுல நடிச்சா?"

"உனக்கென்ன புள்ளை தெரியும்? இது ஹிந்தி படத்துல உள்ளது. மீனாகுமாரி தெரியுமா? கேள்விப்பட்டிருக்கியா... அவ, உம்மச்சிப் பொண்ணா ஆக்ட் பண்ணுன படம்."

நம்பினாளோ என்னமோ!

“அது எதுக்கு கோபிண்ணாவுக்கு?”

“என் ஃப்ரெண்ட் யாரோ ஆல்பத்தில வச்சிருக்கான்...”

“ஃபாத்திமாவையே போலிருக்கு. நான் அவளைப் பாக்கும்போது சொல்லுவேன்...”

அவன் விஷயத்தை மாற்ற முயன்றான்.

“உனக்கு ஸ்கூல் திறக்க இன்னும் எவ்வளவு நாள் புள்ளை இருக்கு?”

“ஜூன் ஒண்ணாந்தேதி திறக்கும். இன்னும் ஒரு மாசமிருக்கு.”

“சீக்கிரமா ஸ்கூல் திறந்தா, உன் போரை சகிச்சுக்க வேணாம்னுதான்...”

“ம்கும்.”

அவள் பழித்துக்காட்டிவிட்டு வெளியே சென்றாள்.

இடுப்பில் மண்குடத்துடன் தொலைவிலெங்கோ பார்த்துக்கொண்டு நிற்கும் பீபியின் படத்தை அவன் உற்றுப் பார்த்தான். இதைப் பாதுகாப்பாக எங்கே வைப்பது?”

இனிய கனவுபோல், கடந்துபோன இரவுகள் நினைவில் எழுந்தன... அந்த அனுபவ உணர்வுகள் நினைவு வரும்போதெல்லாம் மனது கிளர்ச்சியடைந்தது.

ஒருவாரமாக பீபியைப் பார்க்க முடியவில்லை. குஞ்ஞாத்தும்மாவின் நோய் திடீரென்று அதிகமாகிவிட்டதாகக் கேள்விப்பட்ட பிறகு பீபி அங்கு வருவதே இல்லை.

ஜன்னலினூடே குளிர்காற்று நுழைந்தேறிக்கொண்டிருந்தது. அதில் மகிழம்பூ வாசம் வீசுகிறதா?

தீப்பிடித்த கனவுகள்

'பொன்முத்தே மறந்துவிடாதே. புது மணவாளன் வரும் நேரம், மனதோடு மனம் கலந்து வாழ்ந்த காலம்...'

நள்ளிரவின் அமைதியைத் தொட்டு எழுப்பியபடி, தொலைவிலிருந்து ஒரு பாடலின் மெல்லிய இராக அலைகள் தவழ்ந்து வந்தன. துறையில் வஞ்சியை அணைக்கும் ஏதாவது படகோட்டியாக இருக்கலாம்.

ஆறு நிரம்பிக் கிடந்தது. படகுகள் அலையுடன் மோதுகிற ஓசை ஃபாத்திமாவின் குடிசை வரையிலும் கேட்கும். வெயிலின் வெப்பத்தைத் தாங்க இயலாத, குழந்தைபோலிருந்த ஆறு தனது ரூபத்தை எவ்வளவு விரைவாக மாற்றி விட்டது?

'பொன் முத்தே மறந்துவிடாதே...'

ஓய்ந்துகொண்டிருந்த இராக அலைகள் காதுகளில் தவழ்ந்தேறின...

"படச்சவனே..."

தன்னையறியாமல் சொல்லிவிட்டாள். மனதிற்குள் படபடப்பு.

"பாத்தும்மா."

நடுக்கூடத்தில் படுத்திருந்த வாப்பா கூப்பிட்டார்.

"கூப்பிட்டீங்களா வாப்பா?"

“ஆங்.”

“என்ன வாப்பா?”

“நீ இன்னும் தூங்கலையா, புள்ளை?”

“இல்லை.”

“ம்..?”

“தூக்கம் வரலை வாப்பா...”

சற்று நேரத்திற்குப் பிறகு அவள் கேட்டாள்:

“வாப்பா இன்னும் தூங்கலையா?”

“இல்லை.”

ஏனென்று அவள் கேட்கவில்லை. இரண்டு பேருக்கும் தூக்கம் வரவில்லை. நேரம் நள்ளிரவை நெருங்கியிருக்கும். வெளியே இலேசாக மழைச்சாரல். தூங்குவதற்கேற்ற சுகமான குளிர். ஆனால், தூக்கம் அனுக்கிரகம் அளிக்க வேண்டாமா?

வெளியே குளிர் அதிகரித்துக்கொண்டிருந்தது. உள்ளே நினைவுகளில் சூடேறிக்கொண்டிருந்தது. வெறுமையில் கண்களைப் பதித்தபடி வாப்பாவும் மகளும் தூங்காமல் கிடந்தனர்.

“படச்சவனே, உனக்கு மனுசன்களோட வேதனை புரியாதா.”

மரைக்காயர் மாப்பிளை, தனது ஆவலாதிகளை இறைவனிடம் மட்டுமே முறையிடுவார். மனிதர்களின் வேதனை இறைவனுக்குப் புரியாதுதான். புரிந்திருந்தால் அந்தக் குடிசைக்குள் இவ்வளவு சீக்கிரம் ஒரு மரணத்தை அனுமதித்திருக்க மாட்டான். குஞ்ஞாத்தும்மாவிற்கு இறப்பதற்கான வயது ஆகவில்லை. முப்பத்தேழு வயதுதான்.

மரைக்காயர் மாப்பிளையின் வாழ்க்கையுடன் இருபதாண்டுகளாகப் பின்னிப் பிணைந்திருந்த இதயத்துடிப்பு இரண்டு மாதங்களுக்கு முன் நின்றுபோனது. அந்தக் கொடிய இரவைப் பற்றிய நினைவுகள் வரும்போதெல்லாம் மரைக்காயரின் நெஞ்சுக்குள் கடும் வேதனை உருவாகும்.

களத்தில் பத்து துண்டு அறுவடையும் தொழுவம் நிறைய கன்றுகாலிகளும் பத்தாயம் நிறைய நெல்லுமிருந்த ஒரு நடுத்தரக் குடும்பத்தின் வீழ்ச்சியில் மிஞ்சியவர் மரைக்காயர் மட்டும்தான். நான்கு ஆண் மக்கள் வழக்கும் கைகலப்புமாகப் பங்கு போட்டுப் பிரிந்தனர். வாழ்க்கையின் நீரோட்டத்தில் அடித்துச் செல்லப்பட்ட அவர்கள் எங்கோ சென்றடைந்தனர்.

மரைக்காயர் கடும் உழைப்பாளி. தனது பங்காகக் கிடைத்த பணத்தில், பாழ்நிலத்தின் ஒரு துண்டை விலைக்கு வாங்கினார்... புதுமண் மரைக்காயரின் – மண் வெட்டிக்குப் பணிந்துகொடுத்தது. படிப்படியாக அந்த இடம் பச்சை பிடித்தது. ஒட்டு மாங்கன்றுகள், தங்கக் கலசங்களைச் சுமந்து நிற்கும் செந்தென்னைகள், காய்கறிகள்... ஊர்க்காரர்கள் பொறாமையுடன் சொல்லிக்கொண்டனர்.

"அவன் அந்தப் பொட்டல் காட்டைப் பூங்காடா மாத்திட்டான்..."

அதன் நடுவில் சுத்தமும் அழகுமுள்ள சிறு குடிசையும் எழுந்தது.

மரைக்காயரின் வாழ்க்கைக்குள் குஞ்ஞாத்தும்மா எப்போது வந்தாள் என்று நினைவில்லை. அவருக்கு அப்போது இருபத்தைந்து வயது.

அவள் குடிசையில் வந்தேறிய அன்று முதல் மரைக்காயரின் வாழ்க்கையில் வெளிச்சம் படர்ந்தது.

மூன்று குழந்தைகளைப் பெற்றாலும் வளர்ப்பதற்கு என்று ஒரு பெண் குழந்தை மட்டுமே மிஞ்சியது. ஃபாத்திமாவை அளவுகடந்த பாசத்துடன் சீராட்டி வளர்த்தாள். உம்மாவின் ஆசைகள் அனைத்தும் ஃபாத்திமாவையே மையம் கொண்டிருந்தன... அவளது வருங்காலக் கணவனுக்கான குணநலன்கள்வரை தனது கணவனிடம் சொல்லியிருந்தாள்...

மரைக்காயரின் கண்கள் நிரம்பின.

பகல் முழுவதும் உழைக்க நேர்ந்தாலும் எந்தக் கஷ்டமும் இல்லாமல்தான் அவர் அன்றுவரை வாழ்ந்து வந்தார். முழுத் திருப்தியுடன் வாழ்ந்துகொண்டிருந்தது அந்தக் குடும்பம்.

இருளும் குளிருமுள்ள மாலைப்பொழுதுகள் நினைவுக்கு வந்தன. ஃபாத்திமா அடுக்களையில் வேலை செய்துகொண்டிருப்பாள். மனைவி மடித்துத் தந்த வெற்றிலையை அசைபோட்டபடி திண்ணையில் உட்கார்ந்திருப்பார் மரைக்காயர். வாசல்படியின் கீழ் சுவரில் சாய்ந்து உட்கார்ந்தபடி அவள் முடிவே இல்லாமல் பேசிக்கொண்டிருப்பாள்...

"நமக்கு இந்தக் கீழ் வராந்தாவை ஒண்ணு நல்லாக்கணும்."

"நமக்கா?"

"உங்களுக்குப் பரிகாசம்... இருக்குற ஒரு பொம்பளைப் புள்ளைய நல்ல விதமாக் கெட்டிக்கொடுக்க வேணாமா?"

“கண்டிப்பா... யாரு இப்ப வேணாம்னா?”

“என் சங்கு ஏலஸை உடைச்சு அவ கழுத்துல போட ஏதாவதொண்ணு செய்யணும்...”

“உம்.”

“குஞ்சுத்தட்டான் இது மாத்துக் கொறஞ்ச தங்கம்னு சொல்றான்...”

ஃபாத்திமாவைக் கட்டிக்கொடுப்பது, பார்க்கப் பரவாயில்லை என்று சொல்கிற அளவிலான ஒருவனாக இருக்க வேண்டும்... அவனுக்கு வாழ்க்கையை நடத்துவதற்கான வழிவகைகளிருக்க வேண்டும். பிறத்தியாரிடம் கூலி வேலை பார்க்க, குஞ்ஞாத்தும்மாவின் மகளால் முடியாது, என்பது மட்டுமல்ல, பையன் நல்ல குணமுள்ளவனாக இருக்க வேண்டும்...

“அதுதான் பிரதான விஷயம். சுபாவம் நல்லதா இருக்கணும். என்ன? உங்களைப்போல கர்... புர்னு நிக்காதவனா இருக்கணும்...”

இதைக் கேட்டாலும் மரைக்காயர் சிரிக்கவே செய்வார். கரடுமுரடான மனிதனாக இருந்தாலும் கட்டியவளுக்கு அசைந்து கொடுப்பார். அவள் என்னதான் குற்றம் குறைகள் சொன்னாலும் சரி, அவர் சிரிக்க மட்டுமே செய்வார்.

ஃபாத்திமாவுக்கு நிக்காஹ் நடத்தாததில்தான் அதிகமும் எதிர்ப்பைக் காட்டுவாள்.... மரைக்காயர் சொல்வார்:

“எல்லாத்துக்குமே காலம், நேரம்னு ஒண்ணு இருக்கு.”

“நீங்க இப்ப சொன்னது சரிதான்... தலையெழுத்து நல்லாயிருக்க வேணாமா? அது நல்லாயிருந்தா எந்தப் பெரிய இடமும் வாய்க்கும்...”

“அப்படின்னா, நீ அந்த சிம்னி விளக்கை எடுத்துட்டுப் போயி அவ தலையில என்ன எழுதியிருக்குன்னு வாசிச்சிட்டு வா...”

ஆனந்தமும் திருப்தியும் நிரம்பி நின்ற நாட்கள்... படைத்தவனுக்குக் கருணையிருந்திருந்தால் குஞ்ஞாத்தும்மாவை அங்கிருந்து அப்புறப்படுத்தியிருக்க மாட்டான்.

அறைக்குள் தவித்த ஆன்மாவின் பெருமூச்சும் சேர்ந்து உருகிக் கலந்தது. ஒரு தேம்பல் சத்தம் கேட்டதுபோலிருந்தது.

“பாத்தும்மா...”

“வாப்பா.”

“நீ இன்னும் தூங்கலியா, புள்ளை?”

“இல்லை.”

“ஏன், தூக்கம் வரலையா?”

“இல்ல.”

“... நீ அழவா செய்றே?”

பதில் இல்லை.

அமைதியின் ஆழ்வெளிகளைத் தேடி, வாப்பாவும் மகளும் இறங்கினார்கள்.

ஃபாத்திமா நிமிர்ந்தும் புரண்டும் படுத்துப் பார்த்தாள். தூக்கத்தின் பாதச்சுவடு சத்தம்கூட கேட்கவில்லை.

எங்கும் குளிர் நிறைந்திருந்தது .... சிறு சாரலுடன் காற்று வீசியது. வாப்பா இன்னும் தூங்கவில்லை. உம்மாவை நினைத்துக்கொண்டிருக்கலாம். சுவர்க்கத்தின் ஒரு ஓரத்தில் உட்கார்ந்திருக்கும் உம்மா, மகளை நினைப்பாளா? நல்ல மனிதர்கள் இறந்த பிறகு சுவர்க்கத்தை அடைவார்கள். பாவம் செய்யாதவர்களுக்கான இடம் அது. அதெல்லாம் சின்ன வயதில் முல்லா சொல்லித் தந்தவை... உம்மா பாவம் செய்வதில்லை. ஒரு நோன்புகூட தவறவிட மாட்டாள். வேளை தவறாமல் தொழுது விடுவாள்... உம்மா சுவர்க்கத்தில்தானிருப்பாள்.

படைத்தவன், பாவம் செய்தவர்களை முன்னால் நிறுத்தி விசாரணை செய்வான். ஓ... என்னென்ன தண்டனைகள்..!

எல்லாவற்றையுமே முல்லாக்கா சொல்லியிருக்கிறார்... பாவிகள் அதையெல்லாம் அனுபவிக்க வேண்டியது வரும். பாவத்தைப் பற்றி நினைத்த போது ஃபாத்திமா மனம் குலைந்தாள்.

தோட்டத்து எல்லையில், கெட்டிக்கிடக்கும் இருள்போன்ற அந்த மாங்கன்று ஜன்னல் வழியே தெரிந்தது. அதைப் பார்க்கும்போதெல்லாம் கோபியின் நினைவு வந்தது. அதைப் பற்றி நினைக்கவே கூடாதென்றுதான் முடிவு செய்திருந்தாள்... ஆனால், முடியவில்லை.

உம்மா இறந்த பிறகு, ஒரே ஒரு தடவைதான் கோபியைப் பார்த்தாள். தோட்டத்து எல்லையில் நிற்கும்போது கோபி அந்த வழியாக வந்தான். சூழ்நிலைகள் சாதகமாக இல்லை. பக்கத்து வீட்டு மொய்துட்டிக்கா, தனது தோட்டத்தில் வளர்ந்து நின்ற புதர்ச்செடிகளை வெட்டி நீக்கிக் கொண்டிருந்தான். ஒரு நிமிடம் மட்டும். ஆனால், மனதின் மொழியைக் கண்கள் அறியும்தானே?...

அவன் அகன்றபோது அவளது மனம் நொந்தது. அவனிடம் சொல்வதற்கென்று ஓராயிரம் செய்திகளிருந்தன.

உலகத்தைப் பற்றி அவளுக்கு அதிகமொன்றும் தெரியாது. வாப்பாவும், உம்மாவும், பாண்டிப்பசுவும், காளையும் மட்டுமே அவளது உலகம்.

கனவுகள் விரியும் நல்ல நாள் ஒன்றில் அவன் மனதுக்குள் நுழைந்தான். முதலில் எல்லாம் அவள் அதைப் பெரிதாகப் பொருட்படுத்தவில்லை. ஆனால், அவனது நினைவு அவளை அறியாமலேயே மனதுக்குள் குடிகொண்டு விட்டது. தனியாக உட்கார்ந்து பல விஷயங்களை நினைத்துப் பார்ப்பதனிடையில், அரும்பும் மீசையை வருடியபடியே புன்னகை ததும்ப நிற்கும் அந்த உருவம் நினைவு மண்டலத்தில் நுழைந்தேறும். அவன் சொல்லும் வார்த்தைகள் ஏகாந்த நிலையிலும் காதுகளில் ஒலிக்கும்.

தங்களுக்கிடையே இட்டு நிரப்ப இயலாத இடைவெளி இருப்பதை அவளும் அறிவாள். அதை நினைக்கும்போதெல்லாம் நெஞ்சுக்குள் வேதனை உருவாகும். அவன் ஒரு காஃபிர். அதை அவளும் அறிவாள். ஆனால், வாழ்க்கையைப் பார்த்துப் புன்முறுவல் பூக்கும் அந்த இளைஞனின் முன்வரும்போது அனைத்துமே மறந்து போகின்றன. ஒரு கண்பார்வைக்காகவும் 'பீபி' என்னும் ஒரு அழைப்பிற்காகவும் அகமனதில் ஆசை உருவாகி விடுகிறது. அவனைப் பற்றிய எண்ணம் அவளது வாழ்க்கையின் ஒரு பகுதியாகவே மாறியிருக்கிறது...

அவர்கள் நெருங்கியிருக்கவே கூடாது. ஊராரின் பார்வையில் அது ஒரு பாவச் செயல். அவள் ஒருமுறை அதைச் சொல்லவும் செய்தாள்.

"பீபி அது நம்ம விருப்பம் இல்லையா?" என்றவன் பதில் சொன்னான்.

"உங்க அப்பாவெல்லாம்..."

"என்ன வேணா சொல்லட்டும்... இது என் சொந்த விஷயம்... அதை முடிவு பண்ண வேண்டியவன் நானில்லையா?"

அது சரிதானென்றுதான் அவளுக்கும் தோன்றியது. ஆனால், இன்னும் பல சந்தேகங்கள் மிச்சமிருக்கின்றன.

கோபியைப் பார்ப்பதற்கு என்ன வழி? இரவு நேரத்தில் போகவும் முடியாது. மழை கொட்டித் தீர்க்கிறது. பகலில் பார்த்தால் பேசமுடியாது. எல்லாவற்றையுமே பேசியாக வேண்டும். எல்லாவற்றையும்...

எம்.டி. வாசுதேவன் நாயர்

இடைவழியிலிருந்து வாப்பாவின் குறட்டைச் சத்தம் கேட்க ஆரம்பித்தது. தூக்கத்துடன் மல்லுக்கட்டிய வாப்பா, எப்படியோ வெற்றி பெற்றிருக்கிறார். வாப்பா தூங்க ஆரம்பித்தால் காலையில்தான் கண் விழிப்பார். பல இரவுகளிலும் அது அவளுக்கு உதவியாக இருந்தது.

வாப்பாவைப் பற்றி நினைத்துப் பார்த்தபோது அவளது மனம் வெந்து நீறியது. மகள் என்னும் நிலையில் வாப்பாவை ஏமாற்றியது பெரும் குற்றம். உம்மாவும் வாப்பாவும் தூங்கும்போது அடுக்களை வாசலைத் திறந்து விட்டு வெளியே இறங்கிப் போனதும் குற்றம்தான்...

இரவு நேரத்தில் மாங்கன்றின் நிழலில் கோபி, முதல் முறையாக வந்த நாள் ஃபாத்திமாவின் நினைவுக்கு வந்தது. அன்று, போக வேண்டாம் என்றுதான் முடிவு செய்திருந்தாள். அது ஆபத்தை நோக்கிய போக்கு என்பதையும் அவள் அறிவாள். இருந்தும் போனாள்.

உம்மாவுக்குக் கொஞ்சம் பரவாயில்லைபோல் தோன்றிய நாட்கள் அவை. இடைவழியில் நின்று கோபியுடன் பேசினாள். திரும்பி வந்த நிமிடம் முதல் மனதிற்குள் நடுக்கம் தொற்றியிருந்தது. பசுக்கன்றைக் கட்டிப் போடும்போது வாப்பா என்னமோ கேட்டதற்கு அவள் சொன்ன பதில் வேறொன்றாக இருந்தது. தவறை உடனே அவள் புரிந்துகொள்ளவும் செய்தாள்.

"இவளுக்கு என்னாச்சு, சுய உணர்வில்லாம நடக்குறாளா?"

படுத்திருந்த இடத்திலிருந்து உம்மா கேட்டாள்.

உம்மாவுக்குக் கசாயம் சூடாக்கும்போதும் வாப்பாவுக்கு சோறு பரிமாறும் போதும் எல்லாம் மனம் வேறெங்கோ பறந்து திரிந்துகொண்டிருந்தது.

மெத்தைப் பாயில் படுத்துப் புரண்டுகொண்டிருந்தாள். தூக்கம் வரவில்லை. அமைதியை இழந்த மனம் மந்திரித்துக் கொண்டிருந்தது: வருவான்... வருவான்...

அழகியதொரு நினைவுபோல் ஆன்மாவின் மையப் புள்ளியைச் சுற்றி, கோபி தன்னை நிலைநாட்டியிருந்தான்...

கோபி வருவான். அவள் போகவில்லை என்றால் கொஞ்ச நேரம் காத்திருந்துவிட்டுத் திரும்பிச்செல்வான். மறுநாள் கோபியைப் பார்க்கும்போது...

மாங்கன்றின் பிரகாசமான நிழலில் ஒரு வெள்ளை உருவம் நகர்வது தெளிவற்றுத் தெரிந்தாலும் அவளால் பார்க்க முடிந்தது.

இழுபறியில் ஈடுபடும் அகமனதின் போராட்டம் அதிகரித்தது... என்ன செய்வது? சுற்றுப்புறங்களை மீண்டுமொரு முறை அவதானித்தாள். வாப்பாவும் உம்மாவும் சுகமாகத் தூங்குகிறார்கள். அவள் பாயிலிருந்து எழுந்தாள்...

தவறைச் செய்த பிறகுதான் மனிதனுக்கு விவேக புத்தி ஏற்படுகிறது. ஃபாத்திமாவும் அதை உணர்ந்துகொண்டாள். அது அவள் விரும்பாத ஒன்றாக இருந்தாலும் மீண்டும் மீண்டும் அது நடந்தது. சுற்றுப்புறங்களின் கண்களை ஒருமுறை ஏமாற்ற முடிந்தால் அதைத் தொடர்வதற்கான உந்துதல் உருவாகும்தானே?

தவறுகள் திருத்திக்கொள்ள முடியாத நிலையை வந்தடையும் என்பதை அன்று அவளால் உணர்ந்துகொள்ள முடியவில்லை.

“பீபி, இந்த நரிவாளன் குன்றுக்கும் பாரதப்புழைக்குமிடையில ஒண்ணும் உலகம் முடிஞ்சுபோறதில்லை...” என்று கோபி சொல்வதுண்டு.

ஆனால், அவளுடைய பயம் நரிவாளன் குன்றுக்கும் பாரதப் புழைக்குமிடையிலுள்ள உலகம் மட்டும்தான். அவள் எத்தனை எத்தனைக் குடிசைகளில் பேசுபொருளாக மாறுவாள்? அவள் மட்டுமல்ல, குடும்பமும். மகள் செய்த குற்றத்திற்காக வாப்பாவும் தலைகுனிய வேண்டியதாகும்.

“இதுக்கெல்லாம் எந்தத் தேவையுமில்லையே...”

ஃபாத்திமா தன்னை அறியாமல் சொல்லி விட்டாள். அவளது மனதின் அடித்தட்டிலிருந்து எழுந்த ஓசை நினைவூட்டியது.

“எல்லாமே நடந்துடுச்சே.”

❍ ❍ ❍

“பாத்தும்மா...”

வாப்பாவின் குரல் காதில் விழுந்த பிறகுதான் கண்விழித்தாள். அப்போதுதான் கொஞ்சம் கண்ணயர்ந்திருப்பாள். பாயில் எழுந்து உட்கார்ந்தபடியே அவள் வெளியே பார்த்தாள். கனவுகள், கண்ணைவிட்டு அகலவில்லை. வெளியே வெயில் படர்ந்துகொண்டிருந்தது....

இரவில் தூங்காததால் கண்ணிமைகள் வீங்கியிருந்தன. அடுப்பின் முன் குனிந்து உட்கார்ந்து தீமூட்டியபடி அதிகாலைக் கனவுகளை அசைபோட்டாள்...

“பாத்தும்மா...”

“என்ன வாப்பா?...”

“எனக்குக் கொஞ்சம் கஞ்சி வேணும். இன்னைக்கொரு இடம்வரைக்கும் போகணும்...”

“கஞ்சி கொதிக்க ஆரம்பிச்சிருச்சி... வாப்பா எங்க போறீங்க?”

“பாணியம்குளம் வரைக்கும். நம்ம மைலன் காளையைக் கை மாறணும்...”

ஃபாத்திமா அவசர அவசரமாகக் கஞ்சி பரிமாறினாள். சூடான கஞ்சியை ஊதிக் குடிப்பதனிடையே மரைக்காயர் சொன்னார்:

“அதுக்கு இப்ப நடக்க முடியாமப் போயிருச்சு. எவ்வளவு வேலை செய்த மாடு...”

வாசல் பலகையில் சாய்ந்து நின்றிருந்த மகளை மேலும் கீழும் பார்த்த வாப்பா கேட்டார்:

“நீ ஏன் புள்ளை ஒரு மாதிரியா இருக்கே?”

“ஒண்ணுமில்லை வாப்பா...”

“உனக்கு என்ன புள்ளை கவலை? உங்க உம்மாவும் சொல்லுவா, எப்பவும் கினாக் கண்டதுபோல நடக்குறான்னுட்டு. அவ சொன்னது சரிதான் போலிருக்கு...”

ஃபாத்திமா பதில் சொல்லவில்லை. அவள் முகம் திருப்பி நின்றிருந்தாள். கண்கள் தேவையில்லாமல் பனித்தன...

“வாப்பா எப்ப திரும்பி வருவீங்க?”

“இருட்டுற நேரமாயிரும். பயறுத் தோட்டத்துல ஆடு பூந்துராம பாத்துக்க...”

கோடிட்ட பனியன் போட்டு மடிச்சீலையை இடுப்பில் கட்டி உறுதிப்படுத்தி விட்டு மரைக்காயர் மாப்பிளை வெளியே இறங்கினார்.

பசித்தது. கஞ்சி குடிப்பதற்காக உட்கார்ந்தபோது வெறுப்புத் தோன்றியது. வெந்த சோற்றின் வாசமும் சூடான ஆவியும் மூக்கில் ஏற்றபோது மனம் புரட்டுவதுபோல்... வாந்தி வரும்போல் தோன்றியது... அவள் எழுந்து கை கழுவினாள்....

இளவெயிலில் மூழ்கிக்கிடக்கும் காய்கறிப் பாத்திகளினூடே நடந்து பார்த்தாள். எல்லாமே பூ விட்டிருந்தன. பந்தலில் படர்ந்திருந்தது நாட்டுப் பூசணி அல்ல. வாப்பா எங்கிருந்தோ கொண்டு வந்தது. இரண்டு நாட்களுக்கு முன், இலைப்படர்ப்பினிடையே கண்டுபிடித்த மொட்டு இன்னும்

சற்று வளர்ந்திருந்தது. அதன் உச்சியில் பூக்களின் காய்ந்துலர்ந்த எச்சங்கள்... வமிச விருத்திக்காக அழகியதோர் வாழ்க்கை கரிந்திருக்கிறது... கண்ணாடிக் குடுவைபோல் தொங்கிக் கிடக்கும் இளம் மொட்டு, கணம் தோறும் வளர்ந்து கொண்டிருப்பதுபோல் ஃபாத்திமாவுக்குத் தோன்றியது. வளர வேண்டியது வளர்ந்தே தீரும்... அது நினைவுக்கு வந்ததும் ஃபாத்திமா தளர்ந்துபோனாள்...

வேலியைத் தொட்டு நட்டுவைத்த அவரைக்கொடி, படர்ந்தேறப் பிடிமானம் கிடைக்காமல் வாடி நின்றது... கூட்டமாக வளர்ந்து நின்ற உண்ணி முள்ளிலிருந்து நீளமான ஒரு கம்பைப் பிடுங்கி அவரைச்செடியின் அருகில் குத்தி வைத்தாள். பற்றிப் படர்வதற்கேற்ற பக்கத் துணை இல்லையெனில் நாணமுள்ளவளின் பெண்மை மரத்துப்போகும்.

பெண்கொடிபோல் ஆடிக்குழைந்து நின்ற அவரைக் கொடியைப் பார்த்து அவளுக்குச் சொல்லத் தோன்றியது:

"இது, உங்களுக்காக."

வாப்பா வருவதற்குள் கோபி வந்தால் எல்லாவற்றையும் சொல்லலாமாக இருந்தது. வரமாட்டானா... வரவேண்டுமே..!

"கனவு காணுறியா?"

கேட்ட குரல். கோபிதான். நினைத்ததும் அவனே வந்து நின்றது அவளுக்கு வியப்பாக இருந்தது.

"என்ன கனவு பீபி?"

பதில் சொல்வதற்கு ஃபாத்திமாவுக்குச் சொற்கள் கிடைக்கவில்லை. மனதுக்குள் அலையடிப்பதுபோலிருந்தது. திகைத்து நிற்கும் மனதிலிருந்து ஒரு பெருமூச்சு மட்டும் வெளிப்பட்டது.

"பீபி..."

......

அவளது கண்கள் ஈரமாகிக்கொண்டிருந்தன...

"என்னாச்சு? சொல்லு, பீபி."

அவள் கண்களைத் துடைத்து விட்டுச் சொன்னாள்:

"வாங்க..."

கோபி பதற்றத்துடன் அமைதியாக அவளைப் பின் தொடர்ந்தான். 'வாங்க' அந்தச் சொல்லில் அவன் கேட்டிராத

ஒரு உத்தரவுத் தொனியிருந்தது. வீட்டின் சுத்தமான திண்ணைக்கு வந்தபோது ஓரமாகக் கிடந்த பெஞ்சைக் காட்டிச் சொன்னாள்:

“உக்காருங்க...”

கோபி சந்தேகத்துடன் நின்று விட்டு உட்கார்ந்தான். முதல் முதலாக அவன் இந்தச் சிறுவீட்டில் கால் பதிக்கிறான். சுற்று முற்றும் கண்களை ஓடவிட்ட அவன், தட்டத்தின் ஓரத்தால் முகத்தைத் துடைத்தபடி சுவரில் சாய்ந்து நிற்கும் ஃபாத்திமாவைப் பார்த்தான்.

கலங்கிய கண்கள். சிவந்து துடுத்த முகம். குறுகியிருக்கும் மாடப்புறாபோல் மார்பகங்கள் உயர்ந்தும் தாழ்ந்தும்கொண் டிருந்தன... கொடுங்காற்றில் ஆடியலையும் முல்லைக்கொடி யின் இயலாமையை அவள் நினைவூட்டினாள்.

நிறைந்து நின்ற அமைதிக்கு அவன் முற்றுப்புள்ளி வைத்தான்.

“வாப்பா எங்கே?”

“போயாச்சு.”

“எங்கே?”

“பாணியம் குளத்துக்கு...”

“எப்ப வருவாரு?”

“கருக்கலாயிரும்.”

மீண்டும் இறுகிப்போன அமைதி.

அந்திச் செந்தூரம் கரைந்து சேரும் கன்னங்களையும் நனைந்த நயனங்களையும் உற்றுப் பார்த்த அவன் கேட்டான்:

“ஏன் பீபி அழறே?”

ஃபாத்திமாவால் அடக்கிக்கொள்ள இயலவில்லை. அவள் வாசல் கதவின் பின்பக்கமாக முகத்தைத் திருப்பிக்கொண்டு தேம்பியழுதாள்.

கோபியின் மனம் வேதனைப்பட்டது. அவளது தோளில் கை வைத்தபடி அவன் பலவீனமான குரலில் கேட்டான்:

“என்ன விசயம்னு சொல்லு பீபி... நானிருக்கேன். எதுவா இருந்தாலும் சொல்லு.”

அவனது மார்பில் பற்றிச் சேர்ந்தபடி அவள் விம்மியழுதாள்.

“சொல்லு பீபி...”

"நீங்க என்னை மறந்துருவீங்களா?"

"என் உயிருள்ளவரை அது முடியாது பீபி..."

"மறந்துருவீங்கன்னா..."

திடீரென்று நிறுத்தினாள். கண்ணீர் புரண்ட முகத்தைப் பிடித்து உயர்த்திய அவன் புன்னகை மாறாமல் வேதனையுடன் கேட்டான்:

"மறந்துருவீங்கன்னா, சொல்லு பீபி?"

"என்னை மையத்தாக்குன பிறகு போரும்..."

தீக்கனலில் கால் வைத்தது போலிருந்தது கோபிக்கு. அவள் சொன்னதன் பொருள் சரியாக விளங்கவில்லை. அவள் சொன்னது... அவள் அப்படிச் சொல்ல மாட்டாள்.

"பீபி, மனசுல இருக்குறதைச் சொல்லு. என்ன நடந்தது?"

உணர்வுகளின் அழுத்தம் சொற்கள் வெளிவருவதற்குத் தடையாக நின்றன.

அவள் சொன்னாள்...

கண்களிலேறிய இருளும் உள்ளுக்குள் புகையும் எரிமலையுமாக அவன் வெளியேறினான்... சுற்றும் மதியநேர வெயில் சுட்டெரித்துக்கொண்டிருந்தது.

தூக்கமற்ற மனிதன்

"கூப்பிட்டீங்களாப்பா ?"

"ஆமா."

"கோபி இங்க இல்லையா லீலா ?"

"இருக்காம்பா. எப்பப் பாத்தாலும் அறைக்குள்ளயே தவமிருக்கான்."

"என்னாச்சு அவனுக்கு? வேளாவேளைக்குக் குளிக்கிறதுமில்லை, சாப்பிடறதுமில்லை..."

"அண்ணாவைக் கூப்பிடவா அப்பா?"

ஒருநிமிட யோசனைக்குப் பிறகு குஞ்சுநாயர் சொன்னார்:

"ஆமா, கூப்பிடு."

கோபி வந்தான். அவனை மேலும் கீழும் பார்த்த குஞ்சுநாயருக்குக் கோபம் தலைக்கேறியது. சவரம் செய்யாத முகத்தில் பரிதாபம் நிழலாடியது. விரல்களை நொடித்தபடி பார்வையைத் தரையில் பதித்து நின்றிருந்தான்.

"கூப்பிட்டீங்களாப்பா ?"

"உனக்கு உடம்பு சரியில்லையா ?"

"ஒண்ணுமில்லை."

"பின்னெ ஏண்டா எப்ப பாத்தாலும் சன்னியாசி மாதிரி உக்காந்திருக்கே? நேரத்துக்குச் சாப்பிடுறதுமில்லை. என்னடா ஆச்சு, உனக்கு?"

"ஒண்ணுமில்லை. லேசா தலைவேதனை...."

“அதைச் சொல்லுறதுக்கு என்னடா? ஏதாவது மருந்து போடு, போ... நீயெல்லாம் காலேஜுக்குப் போயி என்னடா பிரயோஜனம்?”

கோபி பதிலெதுவும் சொல்லாமல் திரும்பிச் சென்றான். ‘இல்ல, யோசிக்க வேண்டியிருக்கு’ குஞ்சுநாயர் நினைத்துக் கொண்டார்: ‘ஒரு தலைவேதனை வர்றதுக்குள்ளால... இப்ப உள்ள பிள்ளைங்களோட ஒரு இது...’

வெயில் மங்கியதுபோல் தோன்றியதும் குஞ்சுநாயர் வெளியே இறங்கினார். வாரத்திற்கொருமுறையேனும் தோட்டங்களை நடந்துபோய்ப் பார்க்க வேண்டும். தேங்காய் பறிக்க வேண்டிய நாளாகிவிட்டதோ என்னமோ? குடியிருப்புக்காரர்களின் தொந்தரவு கொஞ்ச நஞ்சமல்ல. அடுத்தவன் சொத்து என்கிற நினைப்பு ஒருத்தனுக்குமே கிடையாதா? தொந்தரவு பண்றதுக்கும் ஒரு அளவு கிடையாதா?

பிரம்பை வீசியபடி வயலின் மறுகரைக்கு வந்தார் குஞ்சுநாயர். தென்னந்தோப்பில் ஏறியதும் பின்னாலிருந்து அந்தக் குரல் கேட்டது.

“அப்புறம்... தூரமா யாத்திரை?”

திரும்பிப் பார்க்கும்போது முகம் நிறைந்த சிரிப்புடன் கிருஷ்ணன்நாயர் நின்றிருந்தார்.

“ஆங்... கிஷ்ணன்நாயரா? என்ன இந்தப் பக்கம்?”

“என்ன பண்ண? கண்ணெத்துற தூரம், கால் எத்தாத காலமில்லையா? இந்த வழியா ஒண்ணு நடக்கணும்னுட்டு கொஞ்ச நாளா நினைச்சிருந்தேன்...”

ஊரிலுள்ள பிரதானிகளில் கிருஷ்ணன்நாயரும் ஒருவர். பழைய காலத்தில் துலங்கி நின்ற ஒரு குடும்பத்தில் பிறந்தவர். இப்போது குடும்பப் பெருமை மட்டும் மிச்சமிருக்கிறது. பக்கத்திலுள்ள ஒரு பெரிய ஜமீன் இல்லத்தில் காரியஸ்தனாக இருப்பதால் நிம்மதியாக வாழமுடிகிறது. அப்புறம் குடும்ப விஷயங்களைப் பொறுத்தவரைக்கும் கிருஷ்ணன்நாயருக்கு எந்த அல்லல்களுமில்லை. மூன்று சம்பந்தங்கள் செய்தார். அதில் பதினொரு குழந்தைகளுமிருந்தன. அவரை விட்டுப் பிரிந்த முதல் மனைவிக்கு விடுக்கும் சவாலாக ஐயா இரண்டு சம்பந்தங்கள் செய்துகொண்டார். பிறகு, இரண்டு பேரையும் வேண்டாமென்று வைத்தார். பிள்ளைகளுடைய விசயங்களைப் பொறுத்தவரைக்கும் பெரிதாக அவருக்கு அக்கறையில்லை. அவர்கள் நன்றாக இருப்பதைப் பார்க்க வேண்டுமென்ற ஆசையும் துளிகூட அவருக்கில்லை.

கிருஷ்ணன்நாயருக்கு காரியஸ்தன் வேலையுடன் ஓரளவு பரவாயில்லாத புரோக்கர் பணியும் உண்டு. சைடு பிசினெஸ்சாக இருந்தாலும் வருமானம் கிடைக்கும். வருமானத்தை விடவும் முக்கியமாக சமூகப் பெருமை. திருமணத் தரகுதான் அவருடைய பணி.

ஒரு தரகன் என்னும் நிலையில் கிருஷ்ணன்நாயரின் பெருமையைக் குறைத்து மதிப்பிட்டுவிட இயலாது. நாணியம்மையின் மகள் உந்துப்பல் மாதவிக்கு ஒரு அழகான இளைஞனைக் கொண்டு வந்து, திருமணத்தை உறுதி செய்ததும், வக்கீல் குமாஸ்தாவின் மகனுக்கு பேங்குக்காரன் குறுப்பின் படித்த மகளைக் கொண்டு வந்ததும் ஊருக்குள் பேசுபொருளாகி அவரது புகழை உயர்த்தின.

"தோட்டங்களை சும்மா ஒண்ணு சுத்திப் பாத்துட்டு வரலாம்னு புறப்பட்டேன்."

"போவோம்... நானும் வர்றேன்."

குஞ்சுநாயர் முன்னால் நடந்தார். கிருஷ்ணன்நாயர் பின்னால். பேச்சுக் கொடுப்பதில் கிருஷ்ணன்நாயர் வெகு சமர்த்தர். அண்மைக்காலங்களில் நடந்த திருமணங்களின், விவாகரத்துகளின் கதைகள் பல சொன்னார். கோர்ட் விவகாரங்கள், காங்கிரஸ் அரசாங்கம், சபரிமலை வெடி விபத்து என்று எல்லாமே அவருக்கு அத்துப்படி. பேசிப்பேசி விசயம் கல்வியை நோக்கி நகர்ந்தது. பழைய திண்ணை வாத்தியார்களின் திறமை, தலைகீழாக மாறிய இப்போதைய கல்வி முறை, பள்ளிக்கூட மானேஜர்களின் தகிடுதத்தங்கள். கல்லூரிகள், கல்லூரி மாணவர்கள்... கடைசியில் அவர் எதார்த்தமாகக் கேட்டார்:

"அப்புறம், மவன் இப்ப என்ன படிக்கிறாப்ல?"

"கோபியா? அவன் பிஏ பாசாயிட்டான்..."

"ஓஹோ... புள்ளைங்கன்னா இப்படித்தான் இருக்கணும். வயசான பிறகும் தோத்துட்டே இருக்குறவனுங்க எவ்வளவு பேரிருக்காங்க?"

"அவன் படிப்புல கெட்டிக்காரன்."

"இல்லேன்னா இவ்வளவு சின்ன வயசுல பிஏ பாசாக முடியுமா?" கிருஷ்ணன்நாயர் வாய்விட்டுச் சிரித்தார்.

"கோபிக்கு இப்ப என்ன வயசாகுது?"

"அவனுக்கா? அவனுக்கு இப்ப இருபத்தி மூணு."

கிருஷ்ணன்நாயர் பொது விவகாரங்களை விட்டுச் சற்று விலகினார். அதாவது, அந்தந்தக் காலகட்டங்களில்

பையன்களுக்குத் திருமணம் செய்துவைக்க வேண்டியதன் அவசியங்கள், இல்லை என்றால் ஏற்பட வாய்ப்புள்ள தேவையற்ற விவகாரங்கள் ... என எல்லாமே பொதுவான விஷயங்களாக இருந்தன.

தோட்டங்களை எல்லாம் சுற்றிப்பார்த்து விட்டுத் திரும்பி வரும்போது குஞ்சுநாயர் கேட்டார்:

“கிஷ்ணன்நாயர் எங்க போறதுக்காகப் புறப்பட்டீங்க?”

“அப்படிக் குறிப்பாக எங்கேயும் போறதுக்காக இல்லை. சும்மா உங்களை ஒண்ணு பாக்கணும்னு நினைச்சேன்.”

“சரி, போவோமா? வேற விசேசமொண்ணுமில்லையே..?

“சேச்சே... ஒண்ணுமில்லை.”

ஒன்றுமில்லை என்று சொல்வதிலிருந்தே ஏதோ இருக்கிறதென்று யூகித்தார் குஞ்சுநாயர். வழியில் வைத்துக் கிருஷ்ணன்நாயர் சொன்னார்:

“அப்புறம்...”

“சொல்லுங்க கிஷ்ணன்நாயர்?”

“சொல்றேன்னு தப்பா எடுத்துக்கக் கூடாது.”

“என்ன?”

“மவனுக்கு நல்ல ஒரு சம்பந்தம் செய்து வைக்கலாமே?”

“அதெல்லாம் காலம் கைகூடும்போது பாத்துக்கலாம்...”

குஞ்சுநாயருக்கு எரிச்சல்தான் வந்தது. தன் மகனுடைய திருமணத்திற்கு ஒரு தரகனின் உதவி தேவையில்லை.

“இப்ப என்ன அவசரம்? எதுக்காகச் சொல்றீங்க?”

“காரணம்லாம் ஒண்ணுமில்லை. கல்யாண வயசு ஆயிடுச்சேன்னுதான். அப்புறம், இப்ப உள்ள காலத்துல கெட்ட பேரு சம்பாதிக்குறது ரொம்ப சுலபமில்லையா?”

“கோபியைப் பொறுத்தவரைக்கும் எனக்கு அந்தப் பயமுமில்லை.”

குஞ்சுநாயருக்குள் வெறுப்பு உருவானது. ‘போயும் போயும் என் மகனைத் திருத்துறதுக்கு இவன் வந்திருக்கான்.’

“வேறெதையும் மனசுல வச்சிட்டு ஒண்ணும் சொல்லலை. அப்படில்லாம் எதுவும் நடக்காதுன்னு உறுதியா சொல்றதுக்கில்லைன்னு சொல்ல வந்தேன்.”

குஞ்சுநாயரின் மனதில் சிறு சந்தேகம் முளைவிட ஆரம்பித்தது. ஒன்றுமில்லாமல் கிருஷ்ணன்நாயர் சொல்வாரா? நெருப்பிருந்தால்தானே புகையும்?

"இல்லை, இளம் வயசுதானே?... அதையெல்லாம் அவ்வளவா கண்டுக்க வேண்டியதில்லைன்னு வைங்க..."

குஞ்சுநாயரின் முகம் இருண்டது. சற்றுக் கோபமும் அதைவிட அதிகமான பதற்றமும் உருவானது. அவர் திரும்பினார்.

"கிஷ்ணன்நாயரே, நீங்க எனக்கு ரொம்ப வேண்டப்பட்ட ஆளு. எதுவா இருந்தாலும் நேரடியா எங்கிட்ட சொல்லுங்க."

கிருஷ்ணன்நாயர் தயங்கினார். "சில விசயங்களைச் சொல்லாமலும் முடியாது," என்றும் சொன்னார். குஞ்சுநாயர் வற்புறுத்திய பிறகு சொன்னார்.

அதைக் கேட்டதும் குஞ்சுநாயர் உடைந்துபோனார். வழியோரமுள்ள ஓடைப்பாலத்தில் அப்படியே உட்கார்ந்து விட்டார். உடல் முழுவதும் வேர்த்துக் கொட்டியது.

கோபிமீது தான் வைத்திருக்கும் அன்பை முதலில் பறைசாற்றி விட்டுச் சற்று வருத்தத்துடன்தான் கிருஷ்ணன்நாயர் அதைச் சொன்னார். இப்படியான நிலையில் அவனைப் பற்றிச் சொல்வதில் வருத்தம் ஏற்படும்தானே? சம்பவம் இதுதான்: கிருஷ்ணன்நாயர் காரியஸ்தனாக இருக்கும் குடும்பத்தில் பிரம்ம ரக்ஷசுக்கு[1] குருதி கழிக்க முடிவு செய்திருந்தார்கள். அதற்காக, ஒரு குலை பூவன்காய் தேவைப்பட்டது. பல இடங்களிலும் தேடிய பிறகும் அது கிடைக்கவில்லை. அப்போது யாரோ, மரைக்காயர் மாப்பிளையின் தோட்டத்தில் நிற்பதாகச் சொன்னார்கள். மதியம் அவர் மரைக்காயரின் தோட்டத்துக்கு வந்தார். முற்றத்தில் கால் வைத்தார் என்றுதான் சொல்ல வேண்டும். அப்போது கண்ட காட்சிதான் இதைச் சொல்வதற்கு அவரைத் தூண்டியது. தான் கண்ட காட்சியை விவரிப்பதில் கிருஷ்ணன்நாயருக்குத் தயக்கமிருந்தது. கோபியின் விஷயம் என்பதால்... மரைக்காயர் மாப்பிளையின் மகள் ஃபாத்திமா ஒரு இளைஞனின் மார்போடு ஒட்டிக்கொண்டு நிற்பதை அவர் பார்த்தார். மீண்டும் பார்த்தார்...

அந்த இளைஞன் வேறுயாருமில்லை, கோபி.

அவர்களின் பார்வை தன்மீது படுவதற்குள் அவர் திரும்பி நடந்தார்.

குஞ்சுநாயருக்கு அதை நம்புவதா வேண்டாமா என்பதுதான் பிரச்சினை. கிருஷ்ணன்நாயர், தன்னுடைய இரண்டு கண்களால் பார்த்தேன் என்கிறார்.

---

1. குலதெய்வம்

நள்ளிரவும் பகல் வெளிச்சமும்   49

தட்டுத் தடுமாறி நின்ற குஞ்சுநாயருக்குப் பதற்றம் சற்றுத் தணிந்த பிறகுதான் பேசுவதற்கு வார்த்தைகள் கிடைத்தன.

“கிஷ்ணன்நாயரே, எனக்கு ஆம்பிளைப் புள்ளைன்னு அவன் ஒருத்தன்தான் இருக்கான்... இப்படி என் நெஞ்சில குத்திட்டானே?”

“அய்யய்யோ... இவ்வளவு வருத்தப்படுறதுக்கு இப்ப என்ன நடந்து போச்சு? சின்ன வயசுல இப்படிச் சில சறுக்கல்கள் ஏற்படுறது சகஜம்தான்.”

“இருந்தாலும்... இப்படிப் பண்ணிட்டானே? மாப்பிளையும் ஹிந்துவும், ரெண்டும் வெவ்வேற இல்லையா?”

“அதுசரிதான்... இப்படியொரு தப்பைப் பண்ணிட்டான் என்கிறதுக்காக அவனை அப்படியே விட்டுடவா முடியும்?”

“அவனையா... அவனை எப்படி...”

குஞ்சுநாயரின் மனதுக்குள் கோபம் புகைந்து எரிந்து கொண்டிருந்தது.

“அவன் வயசு அதுதானேன்னு.” கிருஷ்ணன்நாயர் பிரதி தரப்பிலும் வாதம் செய்தார். “கோபியையும் இதுல குத்தம் சொல்றதுக்கில்லை. அவ, உம்மாப் பெண்ணாவே இருந்தாலும் தங்கக்குடம். கையை அலம்பிட்டுதான் தொடவே வேணும்.”

“சீ...”

குஞ்சுநாயர் சீறினார். அதைப் பார்க்கும்போது கிருஷ்ணன் நாயருக்கு வேடிக்கையாக இருந்தது.

“தங்கக்குடமாமே! அப்ப நீரே கட்டிக்கிரும், தங்கக்குடத்தை.”

அதிர்ந்துபோன கிருஷ்ணன்நாயர், சிரிப்பை வெளிக்காட்டாமல் தலையைத் தடவிக்கொண்டார்:

“வெளிய தெரிஞ்சுச்சுன்னா, பையனோட குடலை உருவிப்புடுவான்.”

கிருஷ்ணன்நாயரின் சொற்கள், குறிவைத்த இடத்தில் பட்டது. குஞ்சுநாயர் கையறு நிலையிலானார்.

“இதையெல்லாம் என் காதால கேக்குற நிலைமை வந்துருச்சே!”

கிருஷ்ணன்நாயர் ஆறுதல் சொன்னார்:

“சம்பவத்தை நான் மட்டும்தானே பாத்தேன். பரவால்லை, விடுங்க. நிலைமை ரொம்ப மோசமாகுறதுக்குள்ள கோபியை நாம நல்ல ஒரு குடும்பத்தில கொண்டுபோயிச் சேத்துரலாம். இதுக்கான மாற்று மருந்து அது ஒண்ணுதான்.”

அதுதான் சரியென்பதாகவே குஞ்சுநாயருக்கும் பட்டது.

"நீங்களே யோசிச்சு நல்லதா ஒரு முடிவெடுங்க... உடனே ஆகட்டும்... அவன் பேரு கெட்டுப்போன பிறகு நான் எதுக்கு உயிரோட இருக்கணும்?"

"எல்லாத்துக்கும் ஒரு தீர்விருக்கும். யோசிக்கிறேன். கூடவே, ஆங்... இப்பதான் ஞாபகம் வருது, நம்ம கோவிந்தக் குறுப்பு இருக்காரில்லையா?"

"எந்த கோவிந்தக் குறுப்பு?"

"வக்கீல்..? கிரிமினல் கேசுல அவருக்கு ஒருபடி கீழதானே மற்றவங்க."

வக்கீல் கோவிந்தக் குறுப்பு, குஞ்சுநாயருக்கும் தெரிந்தவர் தான். நெருக்கமான அறிமுகம் எல்லாம் இல்லை. ஒரு காலத்தில் குடும்பத்தில் நடந்த பாகப்பிரிவினை விவகாரங்களும் பாகங்கள் பிரிக்கப்பட்டதும் வக்கீல் கோவிந்தக் குறுப்பின் மேற்பார்வையில்தான். நல்ல வசதியுள்ளவர் என்றும் கேள்வி.

"அவரோட இப்போதைய நிலைமை தெரியுமா..? பங்களா போல வீடு. சகோதரியைக் கட்டிக்கொடுத்தது சாமூதிரி ஆண்ட இல்லத்துல...."

"வக்கீல் ஏதாவது சொன்னாராமா?"

"ஒண்ணும் சொல்லலை. அவரு நமக்கு ரொம்ப வேண்டப் பட்ட மனுசன்... ஒரு பொம்பளைப் புள்ளை இருக்கு... பத்தாம் கிளாஸ் பாசாயிருக்கா. பாக்குறதுக்கு ஒரு குறையும் சொல்ல முடியாது. கோபியை..."

குஞ்சுநாயர் மூழ்கிச் சாகப்போகிறவருடைய மனநிலையி லிருந்தார். வைக்கோல் துரும்பாக இருந்தாலும் பற்றிப் பிடிக்க அவர் தயாராகவே இருந்தார். கிருஷ்ணன்நாயர் சொல்வது லேசுப்பட்ட விஷயமொன்றுமில்லை. வக்கீல் கோவிந்தக் குறுப்பின் மகள்வேறு!

"பையன்களுக்கு இப்பப் பத்தோ பன்னிரெண்டோ போடுறது வழக்கம்தான். அதெல்லாம் அவருக்கு ஒரு விசயமே இல்லை."

"பணமும் பண்ணிக்குட்டியுமெல்லாம் எனக்குத் தேவையே இல்லை."

வாழ்க்கையில் முதன்முதலாக குஞ்சுநாயர் பணத்தைப் புறக்கணித்தார்.

"விசயம் நடந்துரணும் கிருஷ்ணன்நாயரே... என் பேரு கெட்டுப்போக இடம் வந்துரக் கூடாது."

நள்ளிரவும் பகல் வெளிச்சமும்

"கிருஷ்ணன்நாயர் சொல்றேன். நடக்கல்லேன்னா அதை நான் நடத்தியிருப்பேன்..."

ஒரு வீரனுடைய நெஞ்சுரத்துடன் புறப்பட்டார் கிருஷ்ணன்நாயர்.

அரை மயக்க நிலையில் வீட்டை அடைந்த குஞ்சுநாயர், நிம்மதி இழந்தவராக வராந்தாவில் அங்குமிங்குமாக நடந்தார். பெயரளவில் சாப்பிட்டார். மனத்திற்குள்ளிருந்த புகைச்சல் அகலவே இல்லை....

கோபியின் அறைக்குள் ஒரு மேஜைவிளக்கு மங்கி எரிந்து கொண்டிருந்தது. அதன் வெளிச்சத்தில் பாதி மூடிய கண்களுடன் சாய்வு நாற்காலியில் அவன் சுருண்டுக் கிடப்பது தெரிந்தது.

"கோபி..."

அவன் திடுக்கிட்டான். அப்பாவைக் கண்டதும் செயரி லிருந்து எழுந்து பணிவுடன் மேஜையில் சாய்ந்து நின்றான். ஏதோ நடந்திருக்கிறது என்று மட்டும் புரிந்தது. அப்பாவின் அழைப்பு ஒரு இடிமுழக்கம்போலிருந்தது.

சூழ்நிலை கனத்துக் கிடந்தது. குஞ்சுநாயரின் கண்களில் நெருப்புத் துண்டுகள் எரிந்துகொண்டிருந்தன. வார்த்தைகள் வெளிவரவில்லை.

"ஏண்டா, நீ ஒரு அப்பனுக்குப் பொறந்தவன்தானா?"

"ஏன் அப்பா?"

"சீ... நாயே, ஒண்ணும் தெரியாதவன்போல கேக்குறே? ஏண்டா, உம்மாச்சிங்க கூடவும் செறுமிங்க கூடவும் போகவாடா உன்னை நான் படிக்க வச்சேன்?"

".........."

"பதில் சொல்லுடா."

அமைதி.

"நீ உம்மாச்சுப் பொண்ணுக்கிட்ட போனது உண்மையாடா?"

அந்தத் தகப்பனால் தன்னைக் கட்டுப்படுத்திக்கொள்ள முடியவில்லை. வாழ்க்கையில் முதன்முதலாக மகனை அடித்தார்.

மகன் காலில் விழுந்து மன்னிப்புக் கேட்பான் என்று நினைத்தார். ஆனால், அந்த நம்பிக்கை பொய்த்துப் போனது. அமைதியாக, இடது கன்னத்தைக் கையால் தாங்கியபடி அவன் மெதுவாகச் சொன்னான்:

“ஃபாத்திமாவை நான் கல்யாணம் பண்ணிக்குவேன்!”

அடுத்துத் திடுக்கிட வேண்டியது அப்பாவுடைய முறையாக இருந்தது. அவர் மனவேதனையுடன் அலறினார்:

“மவனே கோபி.”

“அப்பாவை நான் வேதனைப்படுத்தியிருந்தா மன்னிச்சிடுங்க.”

“கோபி, உனக்கென்ன பைத்தியமா பிடிச்சுருக்கு? ஒரு உம்மாச்சுப் பொண்ணைப் போயி... நீ ஹிந்து இல்லையாடா?”

“எனக்கு அதெல்லாம் தெரியாது. அவ ஒரு பொண்ணு.”

“அப்பாவை நினைச்சு அப்படியெல்லாம் சொல்லாதப்பா கோபி. உனக்கு எந்தக் குடும்பத்தில இருந்து வேணும்னாலும் பொண்ணுக் கிடைக்கும்... இருந்தும்...”

“கொடுத்த வாக்கை என்னால மீற முடியாதுப்பா.”

“அதெல்லாம் பரவால்லை. நீ... கோபி குடும்பப் பேரைக் கெடுத்துராதப்பா.”

“என்னால அவ வாழ்க்கை சீரழிய... அவ இப்ப கர்ப்பமா இருக்கா.”

“ஆண்டவா...”

குஞ்சுநாயர் நெஞ்சில் கை வைத்தார். நெஞ்சுக்குள் கடாரி முனை நுழைவதுபோன்ற உணர்வு ஏற்பட்டது... உயிருள்ள சடலத்தைப்போல் அவர் திரும்பி நடந்தார்.

அச்சுறுத்திக்கொண்டிருந்த எரிமலை கடைசியில் வெடித்துச் சிதறியது. உருகிப் புறப்பட்ட தீப்பிழம்பின் அடியில் சிக்கிய ஈரல் குலை வெந்துருகியது... கூண்டில் அடைபட்ட கீரிபோல் கோபி அறைக்குள் அங்குமிங்கும் நடந்தான்.

நீறிப்புகையும் நிமிடங்கள்!

சுவர்க்கடிகாரம் மட்டும் காலத்தின் காலடிகளை எண்ணிக் கொண்டிருந்தது.

மணித்துளிகள் ஒவ்வொன்றுக்கும் யுகங்களின் நீளமிருந்தது. ஜன்னலின் இரும்புக்கம்பிகளைப் பற்றிக்கொண்ட அவன் கண்களை வெளியே அலைய விட்டான். மரக்கிளைகளைக் கிச்சுக்கிச்சு மூட்டிக்கொண்டிருந்தது ஊதக்காற்று. மெல்லிய நிலவில், தொலைவில், ஆறு தெளிவற்ற கனவுக்காட்சிபோல் தெரிந்தது. அதன் கரையோரப் பகுதியில், இருண்ட நிழல்போல் தெரிவது மரைக்காயர் மாப்பிளையின் குடிசை. அந்தச் சிறு

வீட்டுக்குள், வேதனையுடனும் மன நீறலுடனும் இன்னொரு மனமும் துடிக்கக்கூடும்.

இல்லத்தில் கீழே திறந்திருந்த ஒரு ஜன்னலிலிருந்து மெல்லிய வெளிச்சம் வெளியே பாய்ந்துகொண்டிருந்தது. அப்பாவின் அறையிலிருந்து.

கோபி மாடியிலிருந்து கீழே இறங்கினான்.

குஞ்சுநாயர் தூங்கவில்லை. பிரம்புச் செயரில் அமர்ந்தபடி மன உலகில் அவர் உழன்றுகொண்டிருந்தார். மூடிய வாசலைத் திறந்து கோபி உள்ளே வந்தான்.

“அப்பா தூங்கலையா?”

“உம்?”

“அப்பா, நான் பண்ணுனது தப்புதான்.”

அவர் கோபத்துடன் மகனின் முகத்தை உற்றுப் பார்த்தார்.

“நான் இப்ப என்ன பண்ணணும்?”

“நீயா? நீ சாவுடா போயி. மூணு முழம் கயிறு வாங்கிச் சாவு.”

“சாவுறதுல ஒண்ணும் பிரச்சினையில்லைப்பா.”

“பின்னெ? அந்தப் புலயாடி மவ புள்ளைக்கு அப்பன் இல்லாமப் போயிருவானேன்னு பாக்குறியா?”

“அப்பா, தப்புப் பண்ணுனவன் நான். அவளைப் பற்றித் தேவையில்லாம பேசாதீங்க.”

அப்பா செயரிலிருந்து எழுந்து கோபியின் எதிரில் நிமிர்ந்து நின்றார். அணைந்துபோன சுருட்டுத் துண்டை ஓங்கியெறிந்த அவர் அலறினார்:

“எனக்குப் புத்திமதி சொல்றதுக்கு நீ யாருடா?”

கோபி அதற்குப் பதில் சொல்லவில்லை. மனம் சிலந்தி வலையில் சிக்கிக் கிடந்தது.

“நீ இப்ப என்னடா முடிவு பண்ணியிருக்கே?”

“நாங்க எங்க போயாவது பிழைச்சுக்குறோம். எனக்கு என்னோட பங்கைப் பிரிச்சுக் கொடுத்துடுங்க.”

குஞ்சுநாயர் அலட்சியமாகப் புன்னகைத்தார்:

“அப்படி வா... அடேய், இப்ப இருக்குற இந்தச் சொத்துகள் எல்லாமே என் சுய சம்பாத்தியம். அதுல ஒரு சல்லிக்காசைக்கூட உன்னால தொட முடியாது.”

கோபி நாட்கணக்காக யோசித்து மனதுக்குள் கட்டி யெழுப்பிய கோட்டை ஒரே நிமிடத்தில் தகர்ந்து விழுந்தது. சில நிமிடங்களுக்குப் பிறகு அப்பா அமைதியானார்.

"கோபீ..."

....

"நீ என் மவனில்லையா?"

கோபியின் கண்கள் நிரம்பின.

"நான் உன்னைப் பெத்து வளத்துன அப்பன்."

....

"நான் சொல்றதைக் கேளு. நடந்தது நடந்துபோச்சு. மனுசனாப் பொறந்தா, இதெல்லாம் வரும்தான். நான் உனக்கொரு கல்யாண ஏற்பாடு பண்ணியிருக்கேன். இந்த மாசமே அது நடக்கணும். பிறகு உன்மேல ஏற்பட்ட அவப்பேரு போயிரும்."

"ஆனா, அப்பா..."

......

"அவகிட்ட..."

"அவ விசயத்தை அடியோட நீ மறந்துரணும். அவளைக் கல்யாணம் பண்ணிக்க வேற ஆளு கிடைக்கும். இனிமே, நீ அந்தப் பக்கம் திரும்பிப் பாக்காம இருந்தா மட்டும் போரும்."

நல்ல மனதுள்ள அந்த இளைஞன், சாத்தானுக்கும் கடலுக்குமிடையே அகப்பட்டு எதுவும் செய்ய இயலாத நிலையிலானான்.

"நடந்தது நடந்துபோச்சு. இனி, அது ஒண்ணுதான் வழி."

கோபிக்கு இன்னும் சில விஷயங்கள் சொல்ல வேண்டியதிருந்தது.

அப்பா தடுத்தார்.

"நீ போய்ப் படுத்துத் தூங்கு. எல்லாத்தையும் நான் முடிவு பண்ணிட்டேன். உம்... போ..."

கோபி இயந்திரம்போல் திரும்பினான். அறைக்குள்ளிருந்த கடிகாரத்தில் பார்த்தபோது மணி ஒன்றரை. விளக்கை அணைத்து விட்டு மெத்தையில் சாய்ந்தான். அப்பாவின் வார்த்தைகள் ஒவ்வொன்றும் காதுகளில் அலைமோதிக் கொண்டிருந்தன.

அப்பாவுடன் ஒரு மோதல் நிகழ்ந்தே தீரும் என்பது அவன் எதிர்பார்த்ததுதான். சொத்துகளில் தன்னுடைய பங்கை

வாங்கிவிட்டுத் தொலைவில், ஏதாவது நகரில் போய் வாழலாம் என்றுதான் அவன் முடிவு செய்திருந்தான். உலகின் எல்லை வரைக்கும் தன்னைப் பின்தொடர ஃபாத்திமா தயாராக இருப்பாள் என்பதையும் அவன் அறிவான்.

ஆனால், எல்லாமே மற்றொரு முடிவை நோக்கி நகர்ந்து விட்டன...

ஃபாத்திமாவுடன் ஊரை விட்டுப் போனால் என்ன? அதனால் ஏற்படப் போகும் சிக்கல்களைப் பற்றி யோசித்தபோது வேதனையாக இருந்தது. தெரியாத ஊரில், கையில் பணமில்லாமல் எப்படி இரண்டுபேர் வாழ முடியும்? வேலை செய்ய வேண்டும். சரி, வேலை கிடைக்குமா? தன்னுடைய பிரச்சினை மட்டும் அல்லவே இது? தன்னுடன் பலவீனமான இன்னொரு உயிரின் வாழ்க்கையும் அல்லவா பிணைந்திருக்கிறது..? புதிய தலைமுறையையும் குடும்பத்தையும் உருவாக்கப்போகும் ஒரு உயிர்.

அவனுக்குள்ளிருந்த நெஞ்சுரமிக்க காதலன் அசைந்தாடும் கற்கள்மீது நின்றிருந்தான். விழுந்துவிடக் கூடாதுதான். விழுந்து விடுவோம் என்பதும் உறுதி. எதையும் எதிர்கொள்ள முடியுமென்ற உணர்ச்சி வேகத்தில் முன்பே அவன் முடிவு செய்திருந்தான். அவனது உலகம் கோபியும் பீபியும் மட்டுமுள்ளதாகவே இருந்தது. தங்களுக்கெதிராக யார் வந்தாலும் அவர்கள் எதிரிகள்.

திறந்து கிடந்த ஜன்னல் வழியே மீண்டும் கண்களை ஓட விட்டான். நிலா வெளிச்சமில்லை. கனத்த இருள். எங்கு பார்த்தாலும் இருள். தொலைவில் ஃபாத்திமாவின் சிறு வீட்டிலும் இருள் படிந்து கிடக்கும்.

படிப்பு முடிந்த பிறகு மதராசை விட்டு இந்தக் கிராமத்துக்கு வந்திருக்கவே கூடாது. நிலவொளியில் மூழ்கிக்கிடக்கும் மெரீனாவின் மார்பிலும் அனுபவிக்க வேண்டிய பல விசயங்கள் இருந்தனவே.

கிராமத்தின் அமைதி தரும் அந்த மணற்பரப்பினூடே நடை பயின்ற அவனது அருகில் இனிமையான நாட்டுப்புறப் பாடலாக அவள் தவழ்ந்து வந்தாள். அந்த ஆலாபனைக்குள் எண்ணி யெண்ணி இன்புற வைக்கும் அழகிய இராகம் ஒளிந்திருக்குமென்று முதலில் எல்லாம் அவன் நினைக்கவே இல்லை. ஆனால், அது நிகழ்ந்து விட்டது. யாருடைய குற்றம் அது?

அமைதியான இரவுகளின், உணர்ச்சி வேகத்தில் பின்னால் நடக்கவிருப்பதை மறந்துவிட வேண்டாமாக இருந்தது.

எல்லாமே தவறுதான். ஒட்டுமொத்த வாழ்க்கையில் செய்து தீர்த்த மொத்தத் தவறுகளின் விடையாக இருந்த, திருத்த இயலாத தவறு. என்ன செய்வது?

"அவ விஷயத்தை அடியோட நீ மறந்துரணும். அவளைக் கல்யாணம் பண்ணிக்க வேற ஆளு கிடைக்கும்..." என்கிறார் அப்பா.

பீபியை மறந்துவிட வேண்டும்..!

"என்னை மறந்துருவீங்களா?"

கண்ணீரில் தோய்ந்த ஒரு மனதின் குரல்.

"என் உயிருள்ளவரை அது முடியாது பீபி..."

இதைச் சொன்னவன் கோபிதான். இதுவும் மனதின் குரலாகவே இருந்தது.

"மறந்துருவீங்கன்னா..."

"மறந்துருவீங்கன்னா, சொல்லு பீபி?"

"என்னை மையத்தாக்குன பிறகு போதும்..."

அழுது வீங்கிய பீபியின் முகம் கண்முன் தெளிவாக வந்தது. மனம் திறந்து சிரிக்கவும் குறும்பு வார்த்தைகள் சொல்லவும் மட்டுமே தெரிந்திருந்த பீபி சொல்கிறாள்.

அப்படி மறந்துவிடுவதாக இருந்தால் உங்கள் கையால் என்னைக் கொன்றுவிட்டு மறந்துவிடுங்கள்.

பீபி இறந்துபோவதா..? வேண்டாம். இறக்கக்கூடாது. நல்லபடியாக அவள் வாழவேண்டும்.

அதை அவனால் நினைத்துப் பார்க்கவே முடியவில்லை. அவளது வயிற்றில் ஒரு குழந்தை உருவாகி வளருகிறது. அப்பா இல்லாத குழந்தையின் தாய்..! அந்தக் குழந்தை அவர்களிடையே கடந்து வரவில்லை என்றால்....

கோபி நினைத்துக்கொண்டான்.

தூக்கம் வரமறுத்தது. இருளினூடே மணித்துளிகள் நகர்ந்து கொண்டிருந்தன.

இருளின் போர்வையை அகற்றிய புலர்காலை, வெளிறிய தன் முகத்தைக் காட்டிய வேளையில் வீங்கிய தனது கண்ணிமை களைக் கசக்கிவிட்டுக் கீழே இறங்கி வந்தான் கோபி.

அவன் ஒரு முடிவுக்கு வந்திருந்தான்.

அழையா விருந்தினன்

வேதனையால் அலைக்கழியும் ஒரு மனித ஆன்மாவின் துடிப்புகளை மனதில் உணர முடிந்தது.

பிரபஞ்சத்திற்கு, ஒரு புதிய வாழ்க்கைக்கு இயற்கை அனுமதியளித்தது.

அறைக்குள் இருளின் கரும் கவசத்தைத் துளைத்தபடி ஒரு தகரவிளக்கு மங்கியெரிந்து கொண்டிருந்தது. சத்தம் வெளிப்பட்டுவிடாமல் அடக்கிப் பிடித்த அசைவுகள்... பெருமூச்சுகள்... இடையிடையே மெதுவான காலடியோசைகள் கேட்டன.

"அல்லா, என்னால முடியல."

வராந்தாவின் மண்திண்ணையில் சாய்ந்து உட்கார்ந்திருந்த மரைக்காயர் காது கூர்ந்தார். வேதனை வடியும் குரல். குழப்பமான எண்ணங்களிலிருந்து விடுபடுவதற்காக மனம் அலைபாய்ந்துகொண்டிருந்தது. மேகம் மூடிய வானத்தையும் காற்றடிக்கும்போது இரகசியம் பேசும் மரக்கிளைகளையும் நோக்கி மாற்றி மாற்றிக் கண்களை அவர் அலையவிட்டார்.

"உம்மா..."

மரைக்காயர் பொறுக்க முடியாமல் முகம் கனிந்தார்.

உள்ளே, வேதனையில் உழன்றுகொண் டிருப்பவள் தனது மகள். மகளின் தலைப்பிரசவம் அது.

எம்.டி. வாசுதேவன் நாயர்

அவர் தாத்தாவாகப் போகிறார்.

அதைப் பற்றியெல்லாம் முன்பு அவர் எண்ணிப் பார்த்ததுண்டு. வீடு முழுவதும் ஆட்கள். உறவினர்களும் வேண்டியவர்களும்....வெளிச்சப் பிரளயம். உரையாடல்கள்... வேகவேகமாக ஓடித் திரிவாள் குஞ்ஞாத்தும்மா. நவ நாகரிகமான இளைஞன் ஒருவன் தீவிர யோசனையுடன் திண்ணையில் உலவிக் கொண்டிருப்பான். அவனுக்கு ஆறுதல் சொல்ல வேண்டியது மாமாவின் கடமை.

ஆங்... எல்லாம் கற்பனையாக மட்டுமே மிஞ்சியிருக்கின்றன.

மரைக்காயர் மீண்டும் காது கூர்ந்தார். மெதுவான சத்தத்துடன் அசைவுகள். பேறுபார்க்கும் தித்தும்மாவின் அறிவுரைகள். அதுவும் தாழ்ந்த குரலில்தான்.

சாயங்காலம் வயலிலிருந்து வீட்டுக்குத் திரும்பிய ஃபாத்திமா படுத்தாள். இடையிடையே மெல்லிய சில அசைவுகள். மூச்சு விடுவதற்கேற்ப புடைக்கவும் சுருங்கவும் செய்கிற அந்தப் பெரிய வயிற்றைக் கவனித்த அவருக்கு விஷயம் பிடிபட்டது.

வாப்பா எதுவும் கேட்கவில்லை. மகள் சொல்லவுமில்லை.

வீட்டில் கேள்வியும் பதிலும் கொஞ்ச காலமாகவே வழக்கொழிந்திருந்தன. வெகுஅபூர்வமாகவே அதனுள் மனிதக் குரல்கள் எழுந்தன. வேதனையிலாழ்ந்த மனித ஆன்மாக்களின் பரஸ்பர உரையாடலுக்குச் சொற்கள் தேவையற்றவையாக மாறியிருக்கக்கூடும்...

என்ன செய்வதென்று அவர் யோசித்தார். ஃபாத்திமாவின் உடல் அவஸ்தைகள் மெல்ல மெல்ல அதிகரித்துக்கொண் டிருந்தன. அவரது மனக்கொந்தளிப்புபோல் வெளியே இருட்டும் பரவ ஆரம்பித்தது.

எதுவும் சொல்லாமல் அவர் வெளியே இறங்கினார்.

நேராக, ஒஸா[1] மாமுவின் குடிசைக்குச் சென்றார். மாமுவின் உம்மாவுக்கு எழுபது வயதிருக்கும். ஊரிலுள்ள எல்லா முஸ்லிம் குடும்பங்களிலும் பிரசவம் பார்ப்பது அவள்தான். குஞ்ஞாத்தும்மா, ஃபாத்திமாவைப் பிரசவிக்கும் போது பேறுபார்க்க வந்தவளும் அவள்தான். அரை நூற்றாண்டு கால அனுபவமுள்ள அவளது கை மிடுக்கு மிகவும் புகழ்பெற்றது.

பதினெட்டு வருடங்களுக்கு முன், ஒரு இரவு நேரத்தில்தான் குஞ்ஞாத்தும்மா, ஃபாத்திமாவைப் பிரசவித்தாள். சோறு வைத்து

1. நாவிதர்

விட்டு வந்து படுத்ததும் குஞ்ஞாத்தும்மாவிற்குப் பிரசவ வலி ஏற்பட்டது. ஒஸாத்தியையும் உறவினர்களையும் தேடி ஆட்கள் நாலாப்புறமும் தகவலுடன் ஓடினார்கள். வீடு முழுவதும் ஆட்களால் நிரம்பியது.

பதினெட்டு வருடங்களுக்கு முந்தைய இரவை மரைக்காயர் மாப்பிளையால் இன்றும் தெளிவாக நினைத்துப் பார்க்க முடிந்தது.

எவ்வளவு பதற்றமும் வேதனையுமாக இருந்தது! அச்சமும் எதிர்பார்ப்புமாக அவர் திகைத்து நின்றிருந்தார். முற்றத்தில் நடந்து நடந்து கால்கள் சோர்ந்தன. அகமனம் உருகியது.... "படைச்சவனே, எல்லாம் நீ நாடியதுபோல நடக்கும்." அவர் மீண்டும் மீண்டும் பிரார்த்தனை செய்தார். மம்பிரத்து தங்ஙள்[2] நேர்ச்சைக்குக் கிடாய் கொடுப்பதாக நிய்யத்து வைத்தார். ஒருவழியாகக் கடைசியில், அதிகாலை நேரத்தில் ஒஸாத்தி வந்து குஞ்ஞாத்தும்மா பிரசவித்ததாகச் சொன்னாள்.

கிழக்கே, மண்மூடிய இரவிடமிருந்து பொறுப்பேற்ற பகலின் குருதி மழலை அடிவானத்தின் மடியில் கண் திறந்தது. தளர்ந்து, வாடிக்கிடந்த குஞ்ஞாத்தும்மாவின் அருகில் ஒரு புதிய உயிர் கைகால்களை அசைத்தது. குருதியில் தோய்ந்த ஒரு குழந்தை..!

பதினெட்டாண்டுகளுக்கு முந்தைய அந்தக் குருதிக் குழந்தை வளர்ந்து பெண்ணாகி, மற்றொரு மனித உயிரைப் பிரசவிப்பதற்கான வேதனையை அனுபவிக்கிறது..!

மரைக்காயர், ஒஸாத்திக் கிழவியின் குடிலுக்குச் சென்றார். அவள் பனையோலைப் பாயில் உட்கார்ந்து, சுட்ட பலாக்கொட்டையைத் தோலுரித்துக் கொண்டிருந்தாள்.

மரைக்காயர் விசயத்தைச் சொன்னார். அவள் சிரித்தாள். கிழவியின் சிரிப்பு மரைக்காயரின் பெருமையைச் சுட்டெரித்தது.

"இப்பல்லாம் என்னால முடியறதில்லை குழந்தை. நீ வேற யாரையாவது கூப்பிட்டுக்க."

மரைக்காயர் இதை எதிர்பார்க்கவே இல்லை. நேற்றுவரை அவள் பிரசவம் பார்க்கச் சென்றதை மரைக்காயரும் அறிவார்.

"நீங்க நேத்துவரைக்கும் போனீங்களே?"

"அதுக்காக?"

"கொஞ்சம் வாங்களேன்... நீங்க என் உம்மாவைப்போல."

"கூறு கெட்டதுகளுக்குப் பேறு பாக்குறவ நான் இல்லை."

---

2. அவ்லியா

கிழவி முகத்தில் அறைந்ததுபோல் சொன்னாள்.

அவமானமும் கோபமும் ஒன்று சேர்ந்து மரைக்காயரின் மனதைத் தாக்கின. அவருக்கும் சொல்வதற்கு இருந்தது. கூறுகெட்ட பெண்களின் மானத்தைக் காப்பதற்கான அருமருந்து தடவ அவளுக்கு விருப்பமில்லை... ஆனால்... வேண்டாம், அவர் திரும்பி நடந்தார்.

அரண்ட வெளிச்சத்தில், செம்மண் நிரம்பிய பாதை வழியாக அவர் நடந்துகொண்டிருந்தார். பின்னாலிருந்து யாரோ அழைப்பது காதில் விழுந்தது.

“யாரது மரைக்காரா?”

திரும்பிப் பார்த்தபோது கவுசக்கா. மரைக்காயரின் தூரத்து உறவிலுள்ள ஒரு பெண். தலையில் கடை சாமான்கள் வைத்த கூடையும் கையில் கோர்த்த அயிலை மீனுமாக சந்தையிலிருந்து வருகிறாள்.

“மரைக்காரு எங்க போயிட்டு வர்றீரு?”

அவர் முனகி வைத்தார்.

“உம்மகிட்டதானே கேட்டேன்? ஆந்தையைப்போல முக்குறீரு?”

“மனுசன் தலைக்குத் தீப்பிடிச்சு நடக்குறான். பேசாம, உன் பாட்டுக்குப் போ...”

கவுசக்கா கொஞ்சம் பதறிவிடத்தான் செய்தாள்.

“விசயம் என்னான்னுதான் சொல்லுமே?.”

சொல்வதற்கு அவமானமாகத்தான் இருந்தது. எப்படிச் சொல்லாமல் இருக்க முடியும்?

அதை அறிந்தபோது கவுசக்காவிற்குத் தாய்மை உணர்வு மேலிட்டது. பிரசவ வேதனையின் உச்சத்தை அனுபவித்தவர் களால் மட்டுமே உணர முடியும்.

“நீரு சீக்கிரம் வீட்டுக்குப் போவும். நான் பின்னால வர்றேன்.”

கடைச்சாமான்களையும் மீன் கோர்வையையும் குடிலில் கொடுத்துவிட்டுக் கவுசக்கா, மரைக்காயரின் வீட்டைப் பார்த்து நடந்தாள்.

பேறுகாரி என்ற வகையில் கவுசக்காவிற்குப் பெரிய அளவில் அனுபவம் பற்றாதுதான். இருந்தாலும், கூடவே ஒரு பெண் இருக்கிறாள். அது போதும்.

முற்றத்து மாமர இலைப்படர்ப்பில் அமர்ந்திருந்த கிளி குரலெழுப்பியது. கெட்ட கனவிலிருந்து திடுக்கிட்டு எழுந்தது போல், காதிலிருந்து ஒரு துண்டு பீடியைத் தேடியெடுத்தார் மரைக்காயர். பீடியிழுக்க வேண்டும்... வயிறு எரிகிறது. இரவு உணவெதுவும் சமைக்கவில்லை. ஃபாத்திமா சாயங்காலமே படுத்து விட்டாள். அடுக்களை வேலைகள் செய்வதற்கு அவள் மட்டும்தானிருந்தாள்.

உள்ளே அசைவுகள் அதிகமாயின... இன்னும் எவ்வளவு நேரமாகுமோ...

நிமிடங்களோ மணித்துளிகளோ கழிந்து உள்ளே இருந்து ஒரு குழந்தையின் அழுகுரல் கேட்காமல் போகாது. அது ஆண் குழந்தையாக இருக்குமா பெண்குழந்தையாக இருக்குமா என்றெல்லாம் அவர் யோசிக்கவே இல்லை. அதற்கான தேவையுமில்லை. ஒரு குழந்தை பிறக்கப் போகிறது என்பது மட்டும் உண்மை.

தேவையில்லாத இடத்திற்கு அது வந்தேறுகிறது. தன்னை வரவேற்பதற்கு யாருமில்லை என்று தெரிந்தும்..!

அவர் காதுகளைக் கூர்மையாக்கினார். குருதிக் குழந்தையின் அழுகைக் குரல் கேட்கிறதா? இல்லை, இன்னும் ஆகவில்லை. கண்டிப்பாக அது அழுதுதான் தீருமென்ற கட்டாயம் எதுவும் இருக்கிறதா? உயிரற்ற சிசுவாக இருந்தால்?...

அந்தக் குழந்தை, வாழும் காலம் வரைக்கும் மரைக்காயரின் கல்யாணமாகாத மகள் 'கூறுகெட்டதை' சமூகத்தின் முன் விளம்பரம் செய்துகொண்டே இருக்கும். பிறக்கப்போவது தகப்பனில்லாத குழந்தை.

சில மாதங்களுக்கு முன்புதான் அந்தச் சம்பவத்தை அவர் அறிந்தார். மரைக்காயரின் மகள் நிக்காஹ் ஆகாமல் கர்ப்பமாகி இருக்கிறாள். ஊருக்குள் அவதூறுகள் அலைவீசத் தொடங்கிய நாட்கள் அவை.

விவசாயமும் உடல் உழைப்புமாக வாழ்ந்துகொண்டிருந்த மரைக்காயர் கரடு முரடான மனிதராக இருந்தார். தனது ஒடுங்கிய உலகினுள் வாழ்ந்து வந்த அவர் ஒருபோதும் அதன் வரம்பை மீறியதில்லை. ஒரு வெள்ளிக்கிழமை ஜும்ஆ தொழுகை முடிந்து வரும்வழியில் அவர் அத்தீசின் தேனீர்க்கடையில் ஏறினார். வழக்கமாக அப்படிப் போவதில்லை. போயிருக்கவே கூடாது என்பது அங்கிருந்து புறப்படும்போதுதான் புரிந்தது.

வேலையில்லாத இளைஞர்கள் சங்கமிக்கும் இடம் அது. தேனீர்க்கடை. மரைக்காயர் நுழைந்ததும் பரஸ்பரம் அவர்கள்

பார்த்துக்கொண்டனர்.... பேச்சு, ஏதேதோ வழிகளை நோக்கித் திரும்பியது. அவர்களது நமுட்டுச் சிரிப்பும், முனகலும், பொடி வைத்த பேச்சும் மரைக்காயருக்குப் பிடிக்கவில்லை.

'ஹறாம்[3] பிறந்த நாய்கள்...'

மரைக்காயர் தனக்குள் விறுவிறுத்தார்.

"என்ன மரைக்கார் காக்கா, சௌக்கியமா?"

பட்டாளத்திலிருந்து பிரித்து விடப்பட்டு ஊருக்கு வந்த மாமு கேட்டான். அந்தக் கேள்வியே தேவையற்றதாகத் தோன்றியது மரைக்காயருக்கு.

"என்னடா ஒரு தினுசாக் கேக்குறே?"

"இல்லை, சும்மாதான் கேட்டேன்."

சிவப்பு பனியன் போட்ட மற்றொரு இளைஞன் சொன்னான்:

"மரைக்கார் காக்கா, ஏதாவது கணக்குல எனக்கொரு தேத்தண்ணி."

"எந்த கணக்குலடா ஜாஹிலே[4]?" மரைக்காயருக்குக் கோபம் வந்தது.

எல்லோரும் சிரித்தார்கள். சாயா அடிக்கும் அத்தீஸ் மட்டும், "எனக்கொண்ணுமே தெரியாது," என்பதுபோல் நின்றான். இடையில் யாரோ முணுமுணுத்தார்கள்.

"மகளோட கலியாணக் கணக்குல."

இது அவ்வளவு சரியில்லை என்பதுபோல் தோன்றியது மரைக்காயருக்கு. ஓங்கி ஆளுக்கொரு அறை வைத்துவிட்டு இறங்கி விடுவோமா என்றும் தோன்றியது. ஆனால், அப்படிச் செய்யவில்லை. இனம் புரியாத ஒரு உள்நடுக்கம்.

காசைக் கொடுத்துவிட்டு வெளியே வரும்போது பின்னாலிருந்து யாரோ சொன்னார்கள்.

"வாய்க்கொழுப்பு கூடிதான் மகளோட வயிறு வீங்கிச்சு."

மரைக்காயரின் காதுகளில் அதுவும் விழுந்தது.

"அல்லா."

தலைக்குள் ஒரு இடிமுழக்கம் கடந்துபோனது. அவர் அமைதி காத்தார். யாரைப்பற்றிச் சொல்கிறானோ என்னமோ?

---

3. முறைதவறி
4. ஜாஹில்: அறிவுகெட்டவன்

நள்ளிரவும் பகல் வெளிச்சமும்

வேறு யாரையேனும் இருக்கலாம். மரைக்காயருக்கு இருப்பது ஒரே மகள்தான். ஃபாத்திமா. அவளுக்கு அப்படியான பிரச்சினைகள் எதுவும் வராது. மரைக்காயரின் மகள் அவள். அவருடைய நடை வேகம் எடுத்தது.

வீட்டுக்கு வரும்போது ஃபாத்திமா வெறும் தரையில் குப்புறப்படுத்துத் தேம்பியழுகிறாள். ஏனென்று கேட்டபோது பதில் சொல்லவில்லை. அறைக்குள் ஒரு குப்பி விழுந்து உடைந்துக் கிடந்தது. மோசமான நெடி வீசும் ஒரு இங்கிலீஷ் மருந்து, கரி பூசி மினுக்கிய தரையில் தவறி விழுந்திருக்கிறது.

அன்றுதான் அவர் அந்த உண்மையை அறிகிறார்.

உடல் மரத்துப்போனதுபோல் அதிர்ந்துபோய் அப்படியே நின்றார்.

கொந்தளிக்கும் உணர்வுகள் மனதிற்குள் மெல்ல மெல்லப் பாய்ந்தேறின.

“ஹறாம் பிறந்தவளே...”

அவர் சுய உணர்வை இழந்தார்... ஃபாத்திமாவின் கண்ணீர் படிந்த கன்னங்களில் ஒவ்வொரு அறை விழுந்தது. கசக்கி எறியப்பட்ட பழந்துணிபோல் குழைந்து விழுந்தாள். அழுகை வெளியே வரவில்லை.

குப்பாயத்தின்கீழ், பாளைக் குருத்துபோன்ற, நீல நரம்புகள் ஓடும் வயிற்றுக்கு நேராக கால்களை உயர்த்திய அவர் அலறினார்:

“ஹறாம் பிறந்தவளே... உன்னைக் கொல்லுவேன்டீ.”

தடாகம்போன்ற அந்தக் கண்கள் கெஞ்சின:

“கொன்னுருங்க வாப்பா...”

முரட்டு உடம்பினுள் துடித்து நின்ற பெற்ற மனம் அவரைப் பலவீனமாக்கியது. அவர் தளர்ந்துபோய் கீழே உட்கார்ந்தார்.

“படச்சவனே, இனி நான் என்ன செய்வேன்?”

ஃபாத்திமாவை அடிப்பதால் எந்தப் பலனும் கிடைத்து விடப் போவதில்லை. வேண்டுமானால் அடிக்கலாம், கொல்லலாம். பிறகு? அவள் இறந்துபோனால் மட்டும் அவமானம் நீங்கி விடுமா?

அவள் குலைத்துப்போட்டது, குடும்ப மானத்தை மட்டுமல்ல. அவரது ஆசைகளையும்தான். அவளது வருங்காலத்தைப் பற்றி அவர் அந்த அளவுக்கு யோசித்து வைத்திருந்தார்..! பரவாயில்லாத ஒருவனுக்கு அவளை நிக்காஹ் செய்து வைக்க வேண்டும்... அது

பெரிய விஷயம்... குஞ்ஞாத்தும்மாவுக்குத் தெரியாமலேயே அவர் கல்யாண ஆலோசனைகள் நடத்தியிருக்கிறார்.

வாழ்க்கையை நடத்திச் செல்வதற்கான வசதியும் பார்க்க அழகாகவும் இருக்கிற ஃபாத்திமாவை நிக்காஹ் முடிப்பதற்குப் பலரும் தயாராகவே இருந்தனர். வடக்கே எங்கோ உள்ள ஒரு முதலாளியின் ஆலோசனை வந்தது. நாற்பத்தைந்து வயதான அவரது இரண்டு மனைவிகளுடன் மூன்றாவதாக தன் மகளும் சேர்வதை மரைக்காயர் விரும்பவில்லை.

மரைக்காயர், தரகனிடம் சொன்னார்: "உம்ம முதலாளிட்ட வேற ஏதாவது ஜோலியிருந்தா போய்ப் பாக்கச்சொல்லும்."

அரவை மில், மாளிகைபோல் வீடு என்றெல்லாம் தரகன் நினைவூட்டியபோது மரைக்காயர் சொன்னார்: "உழைக்கிறதுக்கு ரெண்டு நிலமும் பத்து பறைக்கான வரும்படியும் நமக்குண்டு. தலைசாய்ச்சுக் கிடக்க ஒரு குடிலும் உண்டு. நீரு வேற ஏதாவது நல்ல ஆலோசனை இருந்தா மட்டும் கொண்டு வாரும்..."

'வெட்டொன்று துண்டு இரண்டு' என்கிற குணமுள்ளவராக இருந்தார் மரைக்காயர். யார்கீழும் அவரால் அடங்கி ஒதுங்கி வாழ இயலாது. யாரிடமும் கையேந்தாமல் வாழ்ந்துவிட விரும்பினார். மற்றவர்கள் அவரை, மனித உணர்வுகள் இல்லாத மனிதனாகக் கருத வைத்ததும் இந்தக் குணங்கள்தான்.

இதன் பிறகு வந்த ஆலோசனைகளும் தவறிப்போயின. போனமுறை மாட்டுச்சந்தைக்குப் போயிருந்தபோதுதான் அவரது மனதுக்குத் தோதுவான ஒரு கல்யாண ஆலோசனை வந்தது. வீட்டைப் போய்ப் பார்த்தார். பேசி முடிவு செய்கிற நாளையும் நிச்சயித்தார். அப்போது பார்த்துதான்...

குஞ்ஞாத்தும்மா இருந்திருந்தால்? இறந்துபோன மனைவி, புண்ணியம் செய்தவள் என்று மரைக்காயருக்குத் தோன்றியது. உயிருடனிருந்தால் அவளும் அல்லவா இதைப்பார்க்க வேண்டியதாகி இருக்கும்?

கண்ணீரும் கவலையுமாகக் குலைந்துக் கிடக்கும் ஃபாத்திமாவைப் பார்த்தார். அவள் இறந்திருந்தால்..! அல்லது, இறக்க வேண்டாம், பிறக்காமல் போயிருந்தால்..! நொடியிடையில் அவள் தகர்த்தெறிந்தது தலைமுறைகளாகப் பேணி வந்த பெரும் கௌரவத்தூணை அல்லவா!

மணித்துளிகள் நகர்ந்துபோயின. இரண்டு ஆன்மாக்கள் நீறிப் புகைந்து கொண்டிருந்தன. நள்ளிரவின் நிசப்தத்தில் வாப்பா மகளை அழைத்தார்:

"பாத்தும்மா..."

"வாப்பா..."

அவரது தொண்டை இடறியது.

"வாப்பாவை உனக்குப் பிடிக்கும்தானே பாத்தும்மா?"

"பிடிக்கும் வாப்பா."

"அப்படின்னா ... என் பொன்னு மவ, வாப்பாவுக்காக ஒண்ணு செய்யணும். செய்வியா?"

"செய்வேன், வாப்பா."

பலவீனமான குரலில் ஒரு விதம் அவர் சொல்லி முடித்தார்:

"அந்தக் கத்தியை எடுத்து வாப்பாவோட நெஞ்சில குத்தி இறக்கிரு."

ஃபாத்திமா வாய் விட்டழுதாள்.

மரைக்காயரின் கண்கள் நிறைந்தன.

கடைசியில், ஃபாத்திமாவுக்குச் சொல்வதற்கான வார்த்தைகள் கிடைத்தன.

"மய்யத்தாக வேண்டியவ நான் வாப்பா."

இரண்டு பேருமே இறக்கவில்லை. கண்ணீரும், பெருமூச்சும், வேதனையும் கலந்த இரவுகள் அமைதியாகக் கடந்துபோயின. இறப்பதற்காகவே அவர்கள் வாழ்ந்துகொண்டிருந்தனர்.

"யாரது?" மரைக்காயர் ஆயிரம் முறை அந்தக் கேள்வியைத் தனக்குள் கேட்டிருப்பார். யாரென்று அவர் கேட்கவில்லை. அவளும் சொல்லவில்லை. ஃபாத்திமாவின் மனம் சத்தமில்லாமல் யாசித்துக்கொண்டிருந்தது.

"அதைக் கேட்காதீங்க வாப்பா..."

இருளடர்ந்த இன்னொரு இரவில் ஏதோ சத்தம் கேட்டு மரைக்காயர் திடுக்கிட்டு விழித்துப் பார்க்கும்போது ஃபாத்திமா வாசலைத் திறந்துகொண்டு வெளியே இறங்குகிறாள்.

"பாத்தும்மா?"

மகள் நடுங்கிவிட்டாள்.

"எங்க போறே?"

பதில் இல்லை. சில தேம்பல்கள் மட்டும்.

"வாப்பா, நான் எங்காவது போறேன் வாப்பா. என்னால..."

தகப்பனின் மனம் வேதனைப்பட்டது.

"பாத்தும்மா, நீ எங்கயும் போகவேணாம். நமக்கு விதிச்சது இதுதான்."

மகள் இறப்பதாலோ ஊரை விட்டுப் போவதாலோ வந்து சேர்ந்த அவமானம் விலகப்போவதில்லை என்று மரைக்காயருக்கு நன்றாகத் தெரியும். அவர் விவேகப் புத்தியுடன் சிந்தித்தார். என்னதான் இருந்தாலும் தன்னுடைய மகள். இந்த உலகத்துடன் தன்னைப் பிணைத்து வைத்திருக்கும் ஒரே கண்ணி. அவள் இரந்து வாழ்வதை அவர் விரும்பவில்லை. அப்போதும் ஆட்கள் சொல்வார்கள்:

"பாருங்களேன், பீத்தப் பெருமை பேசுறவனோட மவ, பிச்சையெடுத்துப் பிழைக்கிறதை."

அவமானத்திலிருந்து ஓரளவேனும் தப்பிப்பதற்கு ஒரேயொரு வழிதான் இருந்தது. ஃபாத்திமாவைக் கல்யாணம் செய்து கொடுப்பது. யோசித்துப் பார்க்கும்போது அது அவ்வளவு எளிதான காரியமில்லை என்று புரிந்தது. கல்யாணம் ஆகாமல் கர்ப்பம் தரித்தவளை ஏற்றுக்கொள்ள யார் முன் வருவார்கள்? அவர் பல இடங்களிலும் விசாரித்தார். அதற்காக எதை வேண்டுமானாலும் விட்டுக் கொடுக்கவும் தயாராக இருந்தார்.

ஃபாத்திமாவின் கர்ப்பத்தில் உருவான குழந்தையின் தகப்பன் ஸ்தானத்தை ஏற்கவும் ஒருவன் இருந்தான் – கூலிவேலை செய்து வந்த சுலைமான். சிறு வயதில் இஸ்லாத்தில் நம்பிக்கை வைத்து சுலைமானாக மாறியவன். இரண்டு பேரிடமும் குறையிருக்கிறது என்பதால் ஓரளவு பொருந்துமென்று மரைக்காயருக்குத் தோன்றியது.

வாப்பா உறுதி செய்ததை மகளிடம் சொன்னார்.

ஃபாத்திமா அதை ஏற்றுக்கொள்ளத் தயாராக இல்லை.

"வாப்பா, என்ன சொன்னாலும் நான் கேக்குறேன்... வாப்பாவோட பேரைக் கெடுத்ததுக்காக... ஆனா, இதை மட்டும் சொல்லாதீங்க, வாப்பா..!"

முன்பு ஒருபோதும் கண்டிராத உறுதி அந்தச் சொற்களில் தொனித்தது.

மரைக்காயர் பிறகு வற்புறுத்தவில்லை.

"படைச்சவன் விதிச்சது அவ்வளவுதான்."

வாழ்க்கை குறுகிப்போனது. இறுகிய அமைதி அவர்களிடையே நிரந்தரமாகக் குடிகொண்டது. உறக்கமில்லாத இரவுகள்...

நிசப்தமான வேதனைகள் ... அந்தக் குடிசையினுள் இரண்டு ஜீவன்கள் சுருண்டுகொண்டன. பகல் வெளிச்சத்தைப் பார்த்துப் பயப்படும் உயிரினங்கள்போல்.

கேள்விக்கோ பதிலுக்கோ ஆவலாதிக்கோ ஆறுதலுக்கோ அங்கே எந்தத் தேவைகளும் ஏற்படவில்லை. அவரவர் சிந்தனை மண்டலத்தின் வரம்பைக் கடந்து இருவருமே சஞ்சரிக்கவில்லை. தேங்கிய குட்டையில் விழுந்து கிடக்கும் வாழைக்குலையின் தார்போல வாழ்க்கை அசைந்துகொண்டிருந்ததுடன் சரி.

யார் முன்பும் தலைகுனியாதிருந்த மரைக்காயர், முதுகெலும்பிழந்த மனிதராக மாறினார். புரளிகளை விட்டுப் பாதுகாப்புத் தேடி தனிமைப் பொந்துக்குள் அடைக்கலம் புகுந்தார்.

யோசித்து யோசித்து ஒன்றுமே பிடி கிடைக்கவில்லை. ஃபாத்திமா நல்ல அடக்க ஒடுக்கமாக வளர்ந்தவள்தான். குடிசையை விட்டு அவள் வெளியே சென்றதில்லை. அயல் பக்கங்களில் பையன்களும் யாருமில்லை. யாருடனாவது நெருங்கிப் பழகுவதற்கான வாய்ப்புகூட அவளுக்கு இல்லை. பிறகு, யாராக இருக்கும் அது?

மரைக்காயர் எல்லாவற்றையும் மறந்து விடுவதற்கு முயற்சி செய்தார்.

ஆனால், ஊர்க்காரர்கள் அவ்வளவு சுலபமாக அதை மறந்துவிடத் தயாராக இல்லை. மரைக்காயருக்குப் பயந்து ஃபாத்திமாவை நேருக்கு நேராகப் பார்க்கவும்கூட துணிச்சல் இல்லாத இளைஞர்கள் விசாரிக்கத் தொடங்கினார்கள். அதற்கான சிறு பலனும் கிடைத்தது.

தகவல் மரைக்காயரின் காதுகளுக்கும் போனது.

ஒரு இளைஞன் இடைவழியில் நின்று அவளுடன் பேசுவதை ஒன்றுக்குமதிகம் தடவை ஒரு சிலர் பார்த்திருக்கிறார்கள். அந்தப் பையன் ஒரு ஹிந்து.

மரைக்காயர் இம்முறை உடைந்துவிடவில்லை. உடைவதற்கு இனி எதுவும் மிச்சமில்லை.

ஊர்க்காரர்கள் மரைக்காயரை ஊர் விலக்கம் செய்திருந்தனர். மனவுறுதியுள்ள அவர் அதற்கு எதிர்ப்புத் தெரிவிக்கவில்லை. இவ்வளவு காலமும் அவர் உழைத்துதான் சாப்பிட்டார். சாப்பிட வேண்டுமென்றால் இனிமேலும் உழைத்துதான் ஆகவேண்டும்.

கைவிடப்பட்ட நிலையில் மனிதர்களுக்கு விசித்திரமான ஒரு ஆன்ம பலம் கை கூடும். மரைக்காயரின் நிலையும் அதுதான்.

சுற்றியுள்ள கௌரவ மதில் சுவர்கள் அனைத்தும் தகர்ந்து விழுந்து விட்டன. தன்னுடைய மகள் தவறு செய்து விட்டாள்... அவளது தகப்பன் என்பதால் தானும் அதில் குற்றவாளிதான். சைகை காட்டி முகம் சுளிப்பவர்களின் முகத்தில் காறி உமிழத் தோன்றியது. சமூகம் என்ன தன்னைப் புறக்கணிப்பது? அதற்கு முன், சமூகத்தை அவர் புறக்கணித்து விட்டார்.

"ள்ளே... ள்ளே..."

மரைக்காயர் திடுக்கிட்டார். உயிருள்ள குருதிக் குழந்தையின் அழுகைக் குரல்... யாருக்கும் தேவையில்லை என்றாலும் அது உயிருடன்தான் பிரபஞ்ச ஒளியைப் பார்த்தது. அழைப்பில்லாமல் வந்தேறினாலும் வரவேற்க ஆளில்லை என்றாலும் வந்து சேர்ந்த புதிய உலகின், புதிய வாழ்க்கையின்மீதான தனது அதிகாரக் குரலை ஸ்தாபித்தது.

உள்ளே தெரிந்த சிம்னி வெளிச்சம் வாசல் பக்கம் நகர்ந்து வந்தது. அதன் பின்னால் கவுசக்கா, திருப்தியுடன் சிரித்தபடி நிற்பதை மரைக்காயர் பார்த்தார்.

"பிரசவம் ஆயிருச்சு ஓய், ஆண் குழந்தை..."

திண்ணையில் உட்கார்ந்திருந்த மனிதச்சிலையில் அசைவுகளில்லை.

"மரைக்காரே, தூங்கவா செய்றீரு..? இங்க பாரும்... ஆண் குழந்தை..."

"உம்."

மரைக்காயர் முனகினார்.

சிம்னி விளக்கின் வெளிச்சம் உள்ளே போனது.

இருட்டில், அதே இடத்தில் அசையாமல் உட்கார்ந்திருந்தார் மரைக்காயர். மேற்கூரையின் ஓலைக்கீற்றுகள் காற்றில் விறுவிறுத்தன.

உள்ளே மீண்டும் அழுகைக் குரல்:

"ள்ளே... ள்ளே..."

வெறும் கணவன்

அலுவலகத்தை விட்டு வெளியே வரும்போது மணி நான்கரைதான் ஆகியிருந்தது. வழக்கத்திற்கு மாறாக அன்று வேலைகளைச் சீக்கிரம் செய்து தீர்க்க முடிந்தது. அபூர்வமாக, சில நாட்களில் மட்டும் இப்படி நடக்கும்.

மாநகரப் பேருந்து ஐந்து மணிக்கு வரும். அரை மணி நேரம் நின்றால் நடக்காமல் வீடு வந்து சேர்ந்து விடலாம்.

கோபியின் வீட்டிற்கும் அலுவலகத்திற்கு மிடையே ஒன்றரை மைல் தூரமிருந்தது. வழக்கமாக ரிக்ஷாவில் போவான். அன்று ரிக் ஷாக்காரன் வரவில்லை. முந்தைய தினம் அவன் ஒரு விபத்தில் சிக்கி ஆஸ்பத்திரியில் இருப்பதாக யாரோ சொன்னார்கள். ஆகவே, காலையில் அவசர அவசரமாக நடக்க வேண்டியதாயிற்று. சாயங்காலம் காலாற நடப்பதில் ஒரு சுகமிருந்தது. ஆனால், ஏப்ரல் மாத வெப்பமும், சூடேறிக் கிடக்கும் வழிப் பாதை யும், தூசுப் படலமும் தொந்தரவாக இருக்கும்...

பேருந்து நிறுத்தத்தின் அருகில் ஒரு கம்பித் தூணில் சாய்ந்து நின்றிருந்தான். ரோட்டோர மதிலுக்குப் பின்னாலிருந்த புளிய மரம் தனது நிழலைத் தெருவில் படர்த்தி நின்றது. பாக்கெட்டி லிருந்து ஒரு சிகரெட்டைத் தேடியெடுத்து ஆனந்தமாகப் புகைவிட ஆரம்பிக்கும்போது யாரோ தோளில் கை வைத்தார்கள். தொடர்ந்து பெயர் சொல்லிக் கூப்பிடும் சத்தமும்:

"கோபி..."

திரும்பிப் பார்த்த கோபி திகைத்துப்போனான். ஸ்ரீதரன். வாடிய முகத்தில் மங்காத சிரிப்புடன் நிற்கிறான்.

“ஹாய் ஸ்ரீதரன்…”

“ஹாய்…”

கோபி, ஸ்ரீதரனைக் கட்டிப் பிடித்தான்.

இரண்டு வருடங்களுக்குப் பிறகு சந்திக்கிறார்கள்.

“எங்க இருந்து வர்றே?”

“ஊர்ல இருந்துதான். இன்னைக்குக் காலையிலதான் வந்தேன். நீ இங்கதான் இருக்கிறியா?”

“ஒரு வருஷமா இங்கதான்…”

“ஜாப்?”

“இதோ, இந்தக் கம்பெனியிலதான்… செக்‌ஷன் மேனேஜர்.”

“தாட்ஸ் குட்… அதிர்ஷ்டசாலிதான். இருந்துமா இங்க நின்னுட்டிருக்கே, கார்ல ஏறிப் பறக்க வேணாமா?”

“அந்தளவுக்கெல்லாம் ஒண்ணுமில்லை நண்பா. சரி, நீ எதுக்காக இங்க வந்தே?”

“ஒரு இண்டர்வியூவுக்காக வந்தேன். அதோ அந்தச் சுடுகாட்டைத் தாண்டி.”

“எதுக்கான இண்டர்வியூ?”

“நான் உன்னைப்போல பூர்ஷுவா இல்லையே..? வயித்துப் பிழைப்புக்கு ஒரு தொழில் வேணாமா?”

கோபி, ஸ்ரீதரனை பக்கத்திலுள்ள ஒரு ஹோட்டலுக்கு அழைத்துச் சென்றான். மேஜையின் இருபுறமும் உட்கார்ந்து சாப்பிடவும் குடிக்கவும் செய்வதனிடையே ஸ்ரீதரன் தனது உத்தியோக வேட்டையைப் பற்றி விவரித்தான்.

டிகிரி முடித்த பிறகு பல வேலைகளுக்கும் அவன் விண்ணப்பங்கள் அனுப்பினான். ஐஏஎஸ்சும் எழுதிப் பார்த்தான். ஒரு கிளார்க் வேலைக்காக இந்த இண்டர்வியூவிற்கும் வந்திருக்கிறான்.

“பாரேன், கோபி. ஒரே ஒரு வேக்கன்சியை வெச்சிட்டு முப்பது பேரை வரவழைச்சிருக்கான்.”

“கிடைக்கிறதுக்கு வாய்ப்பிருக்கா?”

ஸ்ரீதரன் பட்டதாரியாகி இரண்டு வருடங்களாகின்றன. பிறகு, உத்தியோகத்திற்காக இடைவிடாத போராட்டம் நடத்திக்கொண்டிருக்கிறான். ஆனால், பலன் கிடைக்கவில்லை. ஸ்ரீதரன் பெருமூச்சுடன் சொன்னான்:

“என்ன செய்ய? ரெகமண்ட் பண்றதுக்கு ஆளில்லை. சரி, லஞ்சம் கொடுத்துடலாம்னா காசுமில்லை.”

சாப்பிட்டு முடித்து, சிகரெட்டைப் பற்ற வைத்ததும் கோபிக்கு உற்சாகம் தோன்றியது. இரண்டு வருடங்களுக்கு முந்தைய கல்லூரி வாழ்க்கைக்குத் திரும்பியதுபோல் உணர்ந்தான்.

“அடுத்த ப்ரோக்ராம்?”

கோபி கேட்டான்.

“ஒரு ப்ரோக்ராமுமில்லை. நைட்ல எங்காவது சமாளிக்கணும். நாளைக்குப் போகணும்.”

கோபி பதில் சொல்லவில்லை. என்ன சொல்வதென்று அவனுக்குத் தெரியும். ஸ்ரீதரனை வீட்டுக்கு அழைக்க வேண்டும். அதுதான் மரியாதை.

வெயில் குறைய ஆரம்பித்தது. சுகமான காற்று வீசிக்கொண்டிருந்தது.

“உனக்கு உடனே லாட்ஜுக்குப் போகணுமா, கோபி?”

“வேணாம். நாம பீச்சுவரைக்கும் கொஞ்சம் நடக்கலாம்.”

ஸ்ரீதரன் மேஜையிலிருந்த பில்லை எடுப்பதுபோல் பாவித்தான். கோபி முந்திக்கொண்டு அதைக் கையிலெடுத்தான்.

இரண்டு மைல் நடந்தால் கடற்கரை.

கடற்கரையில் ஆங்காங்கே இடம்பிடித்து ஆட்கள் உட்கார்ந்திருக்கிறார்கள். உடைந்து கிடந்த பெரிய படகின் நிழலில் அவர்கள் அருகருகே உட்கார்ந்தார்கள்.

மணல் துகள்கள் வைரத்துணுக்குகள்போல் பளபளத்தன. அரபிக்கடலின் அலைகள் உயர்வதும் தாழ்வதும் பார்க்க அழகாக இருந்தன. பாறைகளில் மோதிக்குதிக்கும் அலைகளிலிருந்து வெள்ளிமலர்போல் நீர்த்துளிகள் தெறித்து விழுந்தன. கரைக்கு வந்த மீன்பிடிப் படகுகளைச் சுற்றிலும் ஆட்கள் நெருக்கமாக நின்றிருந்தனர்.

“காலேஜ்ல இருந்து வந்த பிறகு எனக்கு யாரைப் பற்றியும் எந்தத் தகவலும் கிடைக்கலை.”

“எனக்கும்தான்.”

கோபி தாழ்ந்த குரலில் சொன்னான்.

இயல்பாகவே நிறையப் பேசும் ஸ்ரீதரனுக்குச் சொல்வதற்குப் பல செய்திகள் இருந்தன. அவனுக்கென்று இலக்கியமும் காதலும்

சிறு அளவிலான அரசியலும் உண்டு. பேசுவதற்கு வேறு விஷயங்கள் தேவையில்லைதானே..!

கோபி எல்லாவற்றையும் கேட்டு 'உம்' கொட்டிக்கொண்டிருந்தான்.

அலையில் மலரும் வெண்ணிறப் பூக்களில் கண்களைப் பதித்தபடி அவன் உட்கார்ந்திருந்தான். தொலைவில், தொடுவானத்து நீர்ப்பரப்பில் சில கரும்புள்ளிகளின் சஞ்சாரம் தெரிந்தது. தொலைதூரத்தில் மீன் பிடிக்கச் சென்ற முக்குவர்களின் படகுகள் கரைதிரும்புகிறதாக இருக்கும்.

“நீ அதிர்ஷ்டசாலி கோபி. பணமிருக்கு. உத்தியோகமிருக்கு. எவ்வித அல்லல்களுமில்லாத வாழ்க்கை.”

அதிருப்தியை வெளிப்படுத்தாமல் புன்முறுவல் காட்டினான் கோபி.

“ரொம்பக் கஷ்டம். நம்ம நண்பர்கள் யாரும் இப்ப எதுவும் எழுதுறதில்லை. கோபாலன் ஆசிரியராயிட்டதா அறிஞ்சேன். டேவிட்டுக்கு மேரேஜ் ஆயிடுச்சாம். கழுதை. ஒரு இன்விடேஷன் கூட அனுப்பலை.”

கோபியால் இம்முறை புன்முறுவல் காட்ட இயலாமல்போனது.

“அந்தக் காலமெல்லாம் மலையேறிப்போச்சு. எவ்வளவு ஜாலியா இருந்தோம்? அப்ப இருந்த என் கேர்ள் ஃப்ரெண்டை உனக்கு நினைவிருக்கா? கான்வெண்ட் கேர்ள்? பிறகு அவளை நான் திருச்சியில பாத்தேன். அவ தெரிஞ்சது போலவே காட்டிக்கலை. யூஸ்லெஸ்.”

பேசிக்கொண்டிருப்பதனிடையே ஸ்ரீதரன் ஒன்றைக் கவனித்தான். இரண்டு வருடங்களில் கோபியிடம் நிறைய மாற்றங்கள் நிகழ்ந்துள்ளன. அவனது முகத்தில் பிரகாசமில்லை. ஆர்கானிக் கெமிஸ்ட்ரி வகுப்பிலிருந்து 'வாக்கவுட்' செய்த குழுவிற்குத் தலைமை வகித்த குறும்புத்தனங்கள் எல்லாம் எங்கே போய்விட்டன?

“உனக்குச் சம்பளம் எவ்வளவு கோபி?”

“முன்னூறு.”

“மை காட். இவ்வளவு பணத்தை நீ என்ன பண்ணுவே? இதுல மூணுல ஒரு பங்குக் கிடைச்சாக்கூட நான் என் காதலியை எழுதி வாங்கிடுவனே?”

மணற்பரப்பில் தனியாகவும் ஜோடிகளாகவும் வந்திருக்கும் ஆண்களையும் பெண்களையும் கவனித்துக்கொண்டிருந்தான்

கோபி. ஸ்ரீதரன் சொன்னது அவனது காதுகளில் விழுந்ததோ என்னமோ? பலதரப்பட்ட மனிதர்கள். அவர்களில் எத்தனை பேர் மனங்களில் வேதனை குடிகொண்டிருக்கிறதோ?

எதிர்ப்புறம் சவுக்குமர நிழலில் இரண்டுபேர் உட்கார்ந்திருக் கிறார்கள். ஒரு இளைஞனும் யுவதியும். அவளது பின்னிய தலைமுடி, கருநாகங்கள்போல் கழுத்தின் இருபுறமும் ஊர்ந்திறங்கியது. புதுமணத் தம்பதியாக இருக்கலாம். காதலர்களாகவும் இருக்கலாம்.

அவர்கள் உல்லாசமாக இருந்தனர். ஒவ்வொருவர் வாழ்க்கையும் மகிழ்ச்சியைத் தேடியலையும் வேட்டைகள்தான். கோபி நினைத்துக்கொண்டான். அருகில் உட்கார்ந்திருக்கும் நண்பனுக்கும் மகிழ்ச்சியுடன்கூடிய எதிர்காலத்தைப் பற்றி ஒரு கனவிருக்கிறது. வேலை கிடைக்க வேண்டும். பிறகு, காதலிக்கிற பெண்ணைக் கல்யாணம் செய்துகொள்ள வேண்டும். அவள் அவனுக்காகக் காத்திருக்கிறாள். உலகமே எதிர்த்து நின்றாலும் அவனுக்குப் பிரச்சினையில்லை.

"கோபிக்கு எப்படி வேலை கிடைச்சுது?"

"கிடைச்சுது."

"யாருடைய ரெகமென்டேஷன்ல கிடைச்சுதுன்னு கேட்டேன்."

"அப்பாவோட நண்பர் ஒருத்தர் ரெகமெண்ட் பண்ணாரு."

"அதுதான் கேட்டேன். அதிர்ஷ்டசாலி... அடுத்ததாக ஒரு கல்யாணம் பண்ணிக்க வேண்டியதுதானே..?"

கோபியின் முகம் வெளிறியது. ஒரு நிமிடம் யோசித்து விட்டுச் சொன்னான்:

"மன்னிச்சிடு ஸ்ரீதரா, எனக்குக் கல்யாணம் ஆயிடுச்சு."

"மை காட்! கிண்டலுக்குச் சொல்றியா?"

"இல்லை ஸ்ரீதரா, உண்மையாதான் சொல்றேன். ஃபாதர் இன் லா தான் வேலை வாங்கித் தந்தார். எட்டு மாசத்துக்கு முன்னாடிதான் கல்யாணமாச்சு."

"கூப்பிடணும்னு தோணலைப் பாத்தியா? நல்லதுதான். என்னைப் போய் எதுக்குக் கூப்பிடணும், இல்லையா?"

"தப்பா நினைச்சுக்காதே ஸ்ரீதரா. நண்பர்கள் யாரையுமே நான் கூப்பிடலை... சூழ்நிலைகள் அப்படியாயிடுச்சு."

"ஃபேமிலியோடதான் தங்கியிருக்கியா?"

"ஆமா."

எம்.டி. வாசுதேவன் நாயர்

"எக்ஸ்கியூஸ் மி. இது தெரிஞ்சிருந்தா உன்னைத் தொந்தரவு பண்ணியிருக்க மாட்டேன்..."

"என்ன தொந்தரவு?"

"நல்ல சாயங்காலப் பொழுது. என்கூட இப்படி உக்காந்து போரடிக்கிறது உன் ஸ்ரீமதிக்குப் பிடிக்காமப் போகலாம்."

கோபி பதில் சொல்லாமல் எதையோ நினைத்துக்கொண்டிருந்தான்.

"சரி, சீக்கிரமா வீட்டுக்குப் போய்ச் சேரப் பாரு. காத்திருந்து கண்ணு நோகப்போகுது..."

தூண்டிலில் சிக்கிய விலாங்குமீன்போல் கோபி நெளிந்து கொண்டிருந்தான்.

"கொஞ்சம் சும்மா இரேன் ஸ்ரீதரா."

"ஆகட்டும். அந்த மகதி யாரோ?"

"உனக்குத் தெரியாது."

"பேரு?"

"பானு."

"யாரோட மக?"

"வக்கீல் கிருஷ்ணக்குறுப்போட மூத்த மக."

"படிச்சிருக்காங்களா?"

"எஸ்.எஸ்.எல்.சி.தான்."

"அது போதும். இனி அதிகமா ஒண்ணும் அறிய வேண்டியதில்லை. உன் செலக்ஷன் தவறாகவா இருக்கப்போகுது?"

ஸ்ரீதரன் எழுந்தான்.

"இனியும் லேட்டாக்க வேணாம்."

கோபி சிரிப்பதற்கு முயற்சி செய்தான். பலிக்கவில்லை. படகின் தலைப்பகுதியைப் பிடித்தபடி எழுந்து நின்றான்.

"கல்யாணத்துக்கும் கூப்பிடாத நிலையில உன்னை வீட்டுக்காவது கூப்பிடணும். மனைவியை உனக்கு அறிமுகப்படுத்தி வைக்கணும். ஆனா..."

கூப்பிடவில்லை என்றால் அவன் என்ன நினைப்பான்?

என்ன செய்வதென்று அறியாமல் கோபி திணறினான். ஸ்ரீதரன் கண்டிப்பாகத் தப்பாக நினைப்பான். கல்லூரி வாழ்க்கையின் போது மிக நெருக்கமாக இருந்த ஆத்ம நண்பன்.

“நான் வரட்டுமா, கோபி.”

கோபி முனகி வைத்தான். இதையும் கேட்டபோது ஸ்ரீதரன் திகைத்துப் போய்விட்டான். இதை அவன் எதிர்பார்க்கவே இல்லை.

“சாந்தி பவனிலோ வேறெங்காவதோ ஒரு ரூம் எடுக்கணும். சரி, பாக்கலாம் கோபி.”

ஸ்ரீதரன் நடந்தான்.

தன்னிடமிருந்து இப்படியான ஒரு எதிர்வினை, ஸ்ரீதரனை நிச்சயமாக பாதித்திருக்கும். அது, இரண்டு வருடங்களுக்குப் பிறகு சந்தித்த ஆத்மநண்பனுடைய பிரிவாக இருக்குமென்று நினைத்த போது கோபிக்கு வெட்கமாக இருந்தது. விடைபெறும்போது ஸ்ரீதரனின் முகத்தைக்கூட அவனால் பார்க்க இயலாமல்போனது. விடைபெறும்போதாவது ஏதாவது சொல்லியிருக்கலாம்…

அவன் வீட்டை நோக்கி நடந்தான். நடைபாதையில் நல்ல நெரிசலிருந்தது. மக்கள் கடற்கரையை நோக்கி நகர்கிறார்கள். சுட்டுப்பழுத்த பகற்பொழுதின் சோர்வை அகற்றுவதற்காக! குளிர்ந்த மாலைப்பொழுது. கடற்கரையில் உட்கார்ந்து அனுபவிக்கத்தான் வேண்டும். இருட்டுவது வரைக்கும் அந்த மணற்பரப்பில் உட்கார்ந்திருக்கலாம்.

ஸ்ரீதரன் என்ன நினைப்பான்? எதையும் சொல்லியிருக்க வேண்டாமாக இருந்தது. ஏதாவது ஓட்டல் அறையில் தங்க வைத்து விட்டாவது வந்திருக்கலாம். மனைவியுடன் தனியாக இருப்பதை அறிந்துவிட்ட நிலையில் அவனை அழைத்திருக்க வேண்டும்.

நண்பனைப் பற்றி நினைத்தபோது வருத்தமாக இருந்தது.

ஸ்ரீதரன் பேசியதை எல்லாம் நினைத்துச் சிரிப்பு வந்தது. வேதனையுடன் சிரிப்பதற்கு.

‘சரி, சீக்கிரமா வீட்டுக்குப் போய்ச் சேரப்பாரு. காத்திருந்து கண்ணு நோகப் போகுது…’

கோபியின் வீடு வாகன சஞ்சாரமில்லாத வழியோரத்தி லிருந்தது. இரும்பு கேட்டிலும் மதிலிலும் முல்லைக் கொடிகள் படர்ந்திருந்தன. பார்ப்பதற்கு அழகான இரண்டு மாடிக் கட்டிடம்.

அவன் கேட்டைத் திறந்து உள்ளே நுழைந்தான். போர்ட்டிகோவில் மெர்க்குரி லைட் எரிந்துகொண்டிருந்தது. அழகிய நிலவொளியில் அந்தக் கட்டிடம் மாறாத புன்னகை யுடன் நிற்பதுபோல் தோன்றும்.

முன்கூடத்திலிருந்து நடந்தால் ஹால். அதில் வெளிச்சம் குறைந்த ஒரு மேஜைவிளக்கு மங்கலாக எரிந்துகொண்டிருந்தது. மேஜையை அடுத்துக் கிடந்த பிரம்புச் செயரில் சாய்ந்த அவன் வேலைக்காரனைக் கூப்பிட்டான்.

"காப்பி கொண்டுவரட்டுமா சார்?"

பையன் வாசலில் முகத்தைக் காட்டிக் கேட்டான்.

"வேணாம். கொஞ்சம் ஐஸ் வாட்டர் போதும்."

குளிர்ந்த நீர் உள்ளே போனபோது சோர்வுக்குச் சற்று ஆறுதலாக இருந்தது. அவன் ஷூவைக் கழற்றிவிட்டு, சாக்ஸை உருவியபடியே கேட்டான்:

"சின்னம்மா எங்கடா?"

"உள்ளதான் இருக்காங்க."

உடுப்புகளைக் களைந்து, வேட்டியை உடுத்திக்கொண்டு உள்ளறைக்குச் சென்றான். இருட்டாக இருந்தது. சுவரைத் தடவி சுவிட்சைப் போட்டு விட்டுப் பார்த்தான். சின்னம்மா கட்டிலில் படுத்திருக்கிறாள்.

"பானு!"

தூக்கத்திலிருந்து விழித்தவள்போல் அவள் கண் திறந்து பார்த்தாள்.

'என்ன வேணும்?' என்று கேட்பதுபோலிருந்தது அந்தப் பார்வை.

"உடம்பு சரியில்லையா?"

"ஆமான்னா? ரொம்ப அக்கறை! நலம் விசாரிக்க வந்துட்டாப்ல."

அவள் மெத்தையிலிருந்து நகர்ந்திறங்கினாள்.

கோபியால் பதில் சொல்ல இயலவில்லை. வேற என்ன கேட்கவேண்டும்? போருக்குச் சவால் விடுப்பதுபோன்ற பாவனையுடன் நின்றாள் அவள்.

ரூமை விட்டு வெளியே வந்தான் கோபி.

செல்ஃபிலிருந்து எடுத்த துவைத்த டவலைத் தோளிலிட்டு, வேர்த்த நெற்றியைத் தடவியபடி குளியலறைக்குள் நுழைந்தான். குளிர்ந்த நீர்த்தாரையின் கீழ் உட்கார்ந்து லக்ஸ் சோப்பை நுரைப்பதனிடையே பல்வேறு சிந்தனைகள் வந்துபோயின. ஸ்ரீதரனை அழைத்து வராதது நல்லதுதான்... அவன் தவறாக

நினைத்துக்கொள்வானே என்பது மட்டும்தான் இப்போதைய பிரச்சினை.

ஸ்ரீதரன் சொன்ன பல விஷயங்கள் அவனது நினைவுக்கு வந்தன. அவனிடம் பணமில்லைதான். ஆனால், அன்பு செலுத்தவும் அவனுக்காகக் காத்திருக்கவும் செய்கிற பெண்ணைப் பற்றிய எண்ணங்கள் அவனது மனதை மகிழ்ச்சியடைய வைக்கின்றன.

பெண்ணொருத்தி வெளிப்படுத்துகிற நேசம்..!

அன்பை அடித்தளமாக்கிக் கட்டியெழுப்பிய ஒரு குடும்ப வாழ்க்கை.

எதைப்பற்றியுமே யோசிக்காமலிருப்பது நல்லது. யோசனையில் எஞ்சுவது வேதனைகள் மட்டும்தான். எண்ண அடுக்குகளில் தெறித்து விழும் தீப்பொறிகள் ஆன்மாவுக்குள் படர்ந்தேறும். நினைவுபடுத்த விரும்பாத உண்மைகளை மறந்து விடும் ஆற்றல் மனிதனுக்கு வாய்த்திருந்தால்!

வாழ்க்கை வெறுமையாகத் தோன்றிய நாட்கள் அவை. காலங்கள் கடந்து போகும்போது எல்லாம் சரியாகிவிடுமென்று அப்பா ஆறுதல் சொன்னார். வற்றிப்போன நீர்க்குடுவையை மீண்டும் நிரப்புவதாக அவர் தீர்மானித்தார். உண்மையில், அப்பாவின் முடிவிற்கு அவன் ஒப்புதல் அளித்தான்.

அவனுக்கென்று எந்தக் கருத்தும் அன்று இல்லாமல் போனது. எது வேண்டுமானாலும் நடக்கட்டும் என்ற முடிவுக்கு அவன் வந்திருந்தான். சொந்த விருப்பு வெறுப்புகள் எதுவுமற்ற மனநிலை.

மணப்பெண்ணைப் பற்றி அவன் கேட்டறிந்தான். அறிந்து என்னவாகப் போகிறது? பட்டுப்போன வெறுமொரு விருட்சம். அதில் எதை வேண்டுமானாலும் படரவிடலாம். இந்தக் கெடுவாய்ப்பு எந்தப் பெண்ணுக்குக் கிடைக்க இருக்கிறது என்பதை அறிந்துதான் என்னவாகப் போகிறது.

கல்யாண மண்டபத்தில் வைத்துதான் முதன்முதலாகத் தனது மனைவியைப் பார்க்கிறான் கோபி. கை நடுக்கத்தில் பூமாலை தவறிக் கீழே விழுந்து விடவில்லை என்று ஆறுதல் பட்டான். புதுநிறத்தில் ஒட்டியுலர்ந்து, எலும்புக்கூடு போன்ற உருவம். உயிர்க்களையை இழந்த, ஒட்டிய முகத்தில் கடாரியின் கூர்முனைபோல் இரண்டு கண்கள். பெண்மையின் அனுக்கிரகமில்லாத ஒடுங்கிய உடல். பிரம்மனின் ஆகப்பெரிய கைப்பிழையொன்று அவனது கண்முன் நின்றது!

அவன், அவளுக்கு மாலையிட்டான்.

பானுவின் தகப்பன் வசதிபடைத்த ஒரு வழக்கறிஞர். அப்பாவுக்குக் கொடுத்த வாக்குறுதியின்படி கோபிக்கு அவர் ஒரு உத்தியோகமும் ஏற்பாடு செய்துகொடுத்தார்.

அவனொரு கணவனாக மாறினான். வெறும் கணவன். அதைத் தாம்பத்தியம் என்று சொல்வதற்கில்லை. நினைத்துப் பார்க்கும்போது, இளம் ரத்தஅணுக்களைச் சூடேற்றுகிற, உணர்வுள்ள ஒரு இரவுகூட வந்துபோனதில்லை.

திருமணத்திற்குப் பிறகு கோபியைப் பார்க்க வந்த அப்பா ஆவலாதி சொன்னார்:

"இந்த அளவுக்குப் போகும்னு நான் நினைச்சுக்கூட பாக்கலை."

கோபி அர்த்தமில்லாமல் முனகி வைத்தான்.

"அந்தக் கிஷ்ணன்நாயர் என் மவனை மாட்டி விட்டுட்டான்."

"யாரையும் குற்றம் சொல்றதுக்கில்லை. எல்லாத்தையும் நான் அனுபவிக்க வேண்டியவன்தான் ..."

"கொஞ்ச காலம் நீ ... ஊருக்கு வரவேணாம் ... அந்தப் புகைச்சல் எல்லாம் கொஞ்சம் அடங்கட்டும் ..."

ஒருபோதும் வருவதில்லை என்பதுதான் முடிவே!

வேலை பார்க்குமிடத்தில் வசிப்பதற்குப் போதுமான வசதிகளையும் வக்கீல்தான் செய்து கொடுத்தார்.

பாலைநிலம்போல் சூனியமான வாழ்க்கையில், மகிழ்ச்சிகரமான தாம்பத்திய வாழ்க்கை விளையுமென்று அவர் எதிர்பார்த்தார்.

தாம்பத்திய வாழ்க்கை இதுதானா என்றுகூட அவன் யோசித்ததுண்டு. கௌரவமான அந்த வீட்டினுள் ஒரு வேலைக் காரனும் உயிருள்ள ஒரு மனிதப்பெண்ணும் இருக்கிறார்கள் என்பதற்காக அங்கே எந்த மாற்றமும் நிகழ்ந்துவிட வில்லை.

பகல் முழுவதையும் அலுவலகத்திலும் நகரத்திலும் கழிப்பான். சாயங்காலம் வீட்டிற்கு வந்தால் வேலைக்காரன் சோறும் கூட்டும் பரிமாறுவான். இரவில், ஒட்டியுலர்ந்த உடலருகில் உணர்வற்றவன்போல் படுத்திருக்கும்போது கடந்துபோன காலங்கள் நினைவுக்கு வரும். அப்போது வேதனையாக இருக்கும்.

அவனுடைய கையறுநிலையை அவள் பயன்படுத்திக் கொண்டாள். மனைவியின் கூர்மிகுந்த சொற்களின் முன் ஆட்டுக்குட்டிபோல் நின்று சொல்வதை எல்லாம் கேட்டுக் கொள்வான்.

நள்ளிரவும் பகல் வெளிச்சமும்

பானுவுக்கு சொல்லிக்கொள்ளும்படியான எந்த மகிழ்ச்சியும் வாழ்க்கையில் கிடைக்கப்போவதில்லை என்பது அவனுக்குத் தெரியும். ஒரு மனைவி என்ற நிலையில் அவள் வேறு எதையாவது தான் எதிர்பார்ப்பாள்.

அவள்மீது அன்பு செலுத்த அவன் முயற்சி செய்தான். ஆனால், இயலாமல் போனது. உணர்ச்சியுடனான ஒரு தழுவலை, சூடான ஒரு முத்தத்தை அவளும் விரும்பக்கூடும். ஆனால், அவளை அனுதாபத்துடன் மட்டுமே அவனால் அணுக முடிந்தது.

கோபிக்கு அந்த நகரத்தில் நண்பர்கள் மிகக் குறைவாகவே இருந்தனர். சமூகத்தின் பார்வையிலிருந்து தப்பித்துக்கொள்ளவே அவன் விரும்பினான். நண்பர்களில் யாரையும் வீட்டுக்கு அழைப்பதில்லை. அதற்கான வாய்ப்புகளை அவன் தவிர்த்து வந்தான்.

பானுவுக்குத் திடீரென்று ஒருநாள் ஆசை வரும்.

"இன்னைக்கு சினிமாவுக்குப் போகணும்."

போகலாம் என்று மட்டும்தான் அவன் சொல்வான்.

"அப்படின்னா புறப்படுங்க..." என்பாள்.

"இன்னைக்கு உடம்புக்கு முடியலை. இன்னொரு நாள் போகலாம்."

இதைக் கேட்கும்போது பானுவுக்குக் கோபம் வரும். அவளுடைய குணம் மாறினால் ஏற்படுகிற துன்பங்கள் வேலைக்காரப் பையனுக்கும் மேஜைமீது வைக்கப்பட்டிருக்கும் பொருட்களுக்கும்தான்...

"அதையெல்லாம் போட்டு ஏன் எறிஞ்சு உடைக்கிறே?"

"அது என் விருப்பம்."

எட்டுமாதகால நகர வாழ்க்கையில் மனைவியுடன் ஒருநாள்கூட அவன் வெளியே சென்றதில்லை. பார்க்கும், பீச்சும், சினிமா கொட்டகையும், மாலைப் பொழுதுகளும் அவனை மகிழ்ச்சிகொள்ள வைத்தன என்பது உண்மைதான். ஆனால், மனைவியுடன் சேர்ந்து வெளியே செல்வதில் அவனுக்கு விருப்பமில்லை. முதல் மாதத்திலேயே பானு இதைப் புரிந்துகொள்ளவும் செய்தாள்.

தன்னுடைய போதாமைகள் பற்றிய புரிதல் இருந்தாலும் இன்னொருவர் அதைச் சுட்டிக்காட்டுவது என்பது பெண்களைப் பொறுத்தவரை தாங்கிக்கொள்ள முடியாதது. அதிலும், கணவன் என்றால்...

மனம்நிறைந்த அன்புடன் அழைக்கும் குரலோ, அழைக்கப்படும் குரலோ அந்த வீட்டில் எழுந்ததில்லை. சிரிப்புச் சத்தம் கேட்டதில்லை. மனதில் குளிரலைகளைப் படர வைக்கும் அழகிய தருணங்கள் என எதுவுமே இல்லை. கனவுகள் விரியும் வசந்தகால இரவுகளோ கிளர்ச்சியூட்டும் மலர் நிலவோ அந்தத் தம்பதியரை வாழ்த்தியதில்லை.

ஒரே கூரையின்கீழ், அருகருகில் வாழ்ந்தும் துருவங்களுக்கு இடைப்பட்ட தொலைவு அவர்களிடையே உருவாகியிருந்தது.

கோபி குளித்து முடித்து வெளியே வரும்போது சின்னம்மா மேஜையில் உட்கார்ந்து சாப்பிட்டுக்கொண்டிருந்தாள். அவன் அதைப் பார்க்காததுபோல் அடுத்த அறைக்குச் சென்று ஈர உடைகளை மாற்றினான்.

பசித்தது. சாப்பிடுவதற்காக உட்கார்ந்தபோது ருசிக்கவில்லை.

ஒரு தம்ளர் சுக்குநீர் குடித்துக் கையைக் கழுவிவிட்டு ஹாலில் போய் உட்கார்ந்துகொண்டான். பானு படுக்கையறை மெத்தையில் மல்லாந்து கிடந்து ஏதோ ஒரு மாதஇிதழை வாசித்துக்கொண்டிருந்தாள்.

அப்போதும் அவன் நினைத்துக்கொண்டான்.

“ஸ்ரீதரன் வராமலிருந்தது நல்லதாகப் போய் விட்டது.”

வெளியே நிலா காய்ந்துகொண்டிருந்தது. காதல்கொண்ட மனதில் . . . மனதுக்கிசைவான உரையாடல்கள். அவன் எதையெல்லாமோ நினைத்துக் கொண்டான்.

ரேடியோவைத் திருகிப் பார்த்தான்.

‘தேரே மந்திரே காஹ் தீபக் மஹா...’

சிகரெட்டின் புகைச்சுருள்கள் சூழலில் கரைந்தன. தாழ்ந்த ஸ்வரத்திலுள்ள பாடல் மெல்லிய அலைகளைப் பரவச் செய்தது.

அந்த வீட்டினுள் அவனுக்கு மிகவும் விருப்பப்பட்ட பொருள் ரேடியோ பெட்டி ஒன்றுதான். அதனால்தானோ என்னமோ பானுவுக்கு அதைப் பிடிக்காது.

‘தேரே மந்திர்...’

சத்தத்தை முடிந்த அளவுக்கு அவன் குறைத்து வைத்தான். வாசிப்பவர்களுக்குத் தொந்தரவாக இருக்க வேண்டாம்.

உலகிலுள்ள அனைத்து மனித ஆன்மாக்களுக்கும் இசை பிடிக்கும் என்றுதான் கோபி அன்றுவரை நினைத்திருந்தான். ஆனால், பானு அது தவறு என்று சுட்டிக்காட்டினாள்.

"பானு."

"உம்?"

புத்தகத்திலிருந்து கண்களை அகற்றாமலேயே கேட்டாள்.

"சாயங்காலம் லேடி டாக்டர் வரலையா?"

"வந்தா என்ன, வரலைன்னா என்ன? பேசுறதைக் கேட்டா, என் விசயத்துல ரொம்பதான் அக்கறைபோலத் தோணும்."

அவன் பிறகெதுவும் கேட்கவில்லை.

ரேடியோவிலிருந்து மற்றொரு சோகப்பாடல் உயர்ந்தது.

அதன் இனிமையைத் தாண்டி, விவரிக்கும் கருத்துகளில் ஒன்றியபோது கோபியின் மனம் வேதனைப்பட்டது.

'இருளில் வழியறியாது உழலுகிறாய் நீ...'

'நான் ஏற்றி வைத்த அகல் விளக்கை ஊதி அணைத்தவளும் நீதான்...'

'ஏதுமற்ற உலகை நோக்கி இருள் வழிகளினூடே நீ அமைதியாகச் செல்...'

வாசிப்பை நிறுத்திய பானு படுத்திருந்த இடத்திலிருந்தே கூப்பிட்டுச் சொன்னாள்:

"நடுச்சாமத்துல எதுக்குப் பாட்டும் கூத்தும்? படுக்கக் கூடாதா?"

"ஏன் பானு?"

"கிறுக்குப் பிடிச்சுடுச்சுன்னு ஆட்கள் நினைக்கப்போறாங்க. நடுச்சாமத்துல ரேடியோவையும் திருகிட்டு..."

'இன்னும் ரொம்ப நாளாகாது, கிறுக்குப் பிடிக்க.' அவன் தனக்குள் முணுமுணுத்தான்.

"எனக்குத் தூக்கம் வருது. நான் லைட்டை அணைக்கட்டுமா?" அதன் அர்த்தம் என்னவென்று அவனுக்குத் தெரியும். அவன் எழுந்தான். ரேடியோவை அணைத்தான். போர்ட்டிகோவுக்குச் செல்லும் வாசலை அடைத்து விட்டு, அறை வாசலுக்கு வந்தான். இன்னொரு இரவையும் அவளுடன் கழித்தாக வேண்டும்...

அவன் ஒரு கணவனாகப் போய் விட்டான்.

எம்.டி. வாசுதேவன் நாயர்

மழை காணாப் பாலைவனம்

அர்த்தமற்ற ஒரு வெறுங்கனவுபோல்தான் வாழ்க்கையும் என்று அவனுக்குத் தோன்றியது.

அன்பின் நீரூற்று எங்குமே இல்லை. வறண்டு கிடக்கும் பாலைவனத்தின் நடுவில் நின்றபடி கையறு நிலையில் அவன் கண்களை அலையவிட்டான். குழந்தைப்பருவம் முதல் சீராட்டி வளர்த்திய ஆசைகள் மலர்வதற்குள் வாடிக் கரிந்து நிற்கின்றன.

அன்பில்லா விட்டால் போகட்டும், ஆதரவின் குளிர்க்காற்றாவது வீசியிருந்தால்! அவன் ஆசைப்பட்டான்.

தவிக்கும் மனித ஆன்மாவைக் கோபத்துடன் பார்த்துப் பற்களைக் கடிக்கிறாள் பானு. அவள், அவனது மனைவி. மனைவியின் வாழ்வியல் நோக்கம், கணவனின் நலன் என்று அவன் கேள்விப்பட்டிருக்கிறான். ஆனால், அவளுக்குக் கோபம் வருவதற்கான காரணமே அதுதான். அவன், அவளுடைய கணவனாகப் போய்விட்டான்.

நள்ளிரவின் அமைதியில், கரடுமுரடான பாதையில் ஆடியலைந்து செல்லும் மாட்டு வண்டிபோல் அந்தத் தாம்பத்தியம் அன்று வரையிலும் நகர்ந்து கொண்டிருந்தது. பரஸ்பர இணக்கமின்மை. அதற்கும் ஒரு மாற்றம் ஏற்பட்டது. அது அண்மையில்தான் நிகழ்ந்தது.

திருமணத்திற்குமுன், கணவனுக்கு ஒரு காதலியிருந்தாள். சிறிது பண்பாடுள்ள மனைவி

என்னும் நிலையில் அவளால் அதைக் கடந்துபோய் விட முடியும். கணவனுக்கு நிறைவேறாத ஒரு காதல் இருந்தும் மனைவிமீது அவன் அன்பு காட்டுகிறான். ஆகவே, அவள் சற்று விட்டுக் கொடுத்திருக்கலாம். பானுவுக்குக் கொந்தளிப்பை ஏற்படுத்தியதற்கு இன்னொரு காரணமும் இருந்தது. அவள் வாழ்க்கைப்பட முன் வந்த காலத்தில் கணவனின் காதலி, கர்ப்பமாக இருந்திருக்கிறாள்.

அதுவொரு சாதாரணக் காதல் இல்லை. பணத்தையும் பண்பாடுகளையும் கடந்த அசாதாரணக் காதல். அதிலுள்ள மற்றொரு அசாதாரணம், காதலி இன்னொரு மதத்தைச் சேர்ந்தவள்.

அது எந்த மதம் என்று அவள் கேட்கவில்லை. அதை அறிந்து எதுவும் ஆகப் போவதுமில்லை. முஸ்லிமாக இருக்கலாம்; கிறிஸ்தவளாக இருக்கலாம். யாராக இருந்தாலும் அதுவொரு பெரிய விசயமல்ல. நிஜங்கள் இன்னுமுள்ளன. அவள் ஒரு பேரழகி.

பரஸ்பரம் அவர்கள் உயிருக்குயிராகக் காதலித்தார்களாம். அந்தக் காதல் கதையைத் தவிர்த்தால், அவள் அல்லி மலர்போல் தூய்மையானவளாம். அப்படியென்றால், அந்த முஸ்லிம் அல்லது கிறிஸ்தவப் பெண்ணின் வயிற்றில் உருவான குழந்தையின் தகப்பன் பொறுப்பை இன்னொருவன்மீது சுமத்த இயலாது.

பானுவிடம் அதைப் பற்றிச் சொன்னவர் கிருஷ்ணன் நாயர்தான்.

கிருஷ்ணன்நாயரை அவளுக்குச் சிறுவயது முதல் தெரியும். பலமுறை அப்பாவைப் பார்ப்பதற்காக வீட்டுக்கு வந்திருக்கிறார். அவளது திருமண ஏற்பாடுகளை முன்நின்று நடத்தியவரும் அவர்தான். அப்படிப்பட்டவர் சொன்னால் அது உண்மையாகவே இருக்கும்.

அவர், பகவதியம்மை மீது சத்தியம் செய்துவிட்டு, கை விரித்தார்.

"இதெல்லாம் தெரியாமலா கிஷ்ணன்நாயர் ஏற்பாடு செஞ்சீங்க?"

"காரணமில்லாம யாரையும் சந்தேகப்படக்கூடாது. பூவன்பழத்தில புழு இருக்கும்னு யாராவது நினைப்பாங்களா என்ன?"

சரிதான். பூவன்பழத்தில் புழு இருக்காது என்றுதான் நினைக்க முடியும். நினைக்க வேண்டும்.

கிருஷ்ணன்நாயர் சொன்னது உண்மைதான். பானுவுக்கு அவர்மீது சிறுஅளவிலான அதிருப்திகூட இல்லை. திரும்பிப்

போகும்போது பத்து ரூபாய் அன்பளிப்புக் கொடுத்துதான் அவரை அனுப்பி வைத்தாள்.

ஒருநாள் அதிகாலையில்தான் கிருஷ்ணன்நாயர் அங்கே வந்தார். கோபி போர்ட்டிகோவில் பத்திரிகை வாசித்துக் கொண்டிருந்தான். அலுவலகத்திற்குப் போக இன்னும் நேரமாக வில்லை.

கிருஷ்ணன்நாயர் ஒரு வசீகரப் புன்னகையை உதிர்த்து விட்டுக் குசலம் விசாரிக்க ஆரம்பித்தார். அவரைப் பார்த்ததுமே கோபிக்குக் கோபம்தான் வந்தது.

"கிருஷ்ணன்நாயரை மறந்துட மாட்டீங்கன்னு தெரியும். நம்ம போதாத காலத்துல எல்லாமே நடந்தது. உண்மையைச் சொன்னா உங்க நல்ல காலம் ஆரம்பிச்சதே அப்பதான்."

"மறக்கவே மாட்டேன்,"

என்றபடி எழுந்த கோபி அரை மயக்கத்திலானவன்போல் நடந்து வந்து கிருஷ்ணன்நாயரின் கன்னத்தில் ஓங்கி ஒரு அறை விட்டான்.

"இதையும் வாங்கிட்டுப் போ. துரோகி..."

பேச்சுச் சத்தமும் தொடர்ந்து அடி சத்தமும் கேட்டதும் பானு வெளியே வந்து எட்டிப்பார்த்தாள். கிருஷ்ணன்நாயர் கன்னத்தைத் தடவியபடி உட்கார்ந்திருந்தார்.

"என்ன இது, பைத்தியம் பிடிச்சுருச்சா?"

பானு கேட்டது, படியிறங்கிக்கொண்டிருந்த கோபியின் காதுகளில் விழுந்தது. அவன் திரும்பி நின்று மனைவியை முதல் தடவையாக முறைத்துப் பார்த்தான். அது, தனது கூர்மையான நாவின் முன் தளர்ந்துபோகிற கோபிதான் என்பதை அவளால் நம்பவே முடியவில்லை.

"ஆமா. என்னைப் பைத்தியமாக்கியதுல முக்கியப் பங்கும் இந்த மனுசனுக்குதான்."

அவன் இறங்கி நடந்தான்.

கிருஷ்ணன்நாயர் கன்னத்தைத் தடவியபடி அங்கேயே உட்கார்ந்திருந்தார். கணவனுடனான கோபம், கிருஷ்ணன் நாயருடனான அதிகப் பரிவாக மாறியது பானுவுக்கு.

காஃபியும் நிறைய ஆறுதல் சொற்களும் கிடைத்தபோது கிருஷ்ணன்நாயரின் வலி மாறியது. அவர் ஊர் செய்திகளிலிருந்து

தனது பேச்சைத் தொடங்கி, கோபியின் காதல்கதையில் கொண்டு வந்து முடித்தார்.

முதலில், அதை என் வாயால் எப்படிச் சொல்வது என்ற பீடிகையுடன் தொடங்கினார். பானு விடுவதாக இல்லை. கடைசியில் அவர் அதைச் சொன்னார். அவருடைய நெருங்கிய நண்பன் பார்த்ததாக இருந்தது அந்தக் காட்சி. கோபியின் மார்பில் தலைசாய்த்து அவள் தேம்பியழுதுகொண்டிருந்தாள். கிருஷ்ணன்நாயர் இதைத் திருமணம் முடிந்த பிறகுதான் அறிகிறார்.

அந்த நண்பர் சொன்னது பொய்யாகவும் இருக்கலாமே? தன்னுடைய கண்களை கிருஷ்ணன்நாயருக்கு நம்ப முடியும் என்றால் சொன்ன நண்பரையும் நம்ப முடியும்.

சிறு வேதனையை அனுபவித்தாலும் கிருஷ்ணன்நாயர் அங்கிருந்து மகிழ்ச்சியோடுதான் புறப்பட்டார். வயிறு நிறைய காஃபியும் பலகாரங்களும்... சட்டைப் பையில் பத்து ரூபாய் வேறு. அடிபட்ட விவகாரத்தை நினைவுகூர்வதற்கில்லை. அது சில நிமிடங்களில் முடிந்துபோன விடயம். இதைச் செய்தவன் அனுபவிக்க இருப்பது வாழ்நாள் முழுமைக்குமான தண்டனை... பானுவின் முன் இரகசியத்தின் ஒரு துண்டை எறிந்துகொடுக்கும்போது அவர் அடிபட்ட தனது கன்னத்தைத் தடவியபடி மெல்லச் சிரித்துக்கொண்டார்.

பானுவையும் கோபியையும் பொறுத்தவரை அந்தத் திருமணம் படுதோல்வியாக அமைந்தது. ஆனால், கிருஷ்ணன் நாயர் தனது ஜெயப்பதாகையை அதில்தான் பறக்கவிட்டார். சந்தையில் விலைபோகாமல் கிடந்த பொருளுக்கான நுகர்வோனை அவர் தேடிப்பிடித்துக் கொண்டுவந்தார். எதிர்பார்த்ததை விடவும் அதிக யோக்கியதையுள்ள வரன்! வக்கீல், கிருஷ்ணன்நாயரை மகிழ்ச்சியடைய வைத்தபோதுதான் தனது செயல்பாட்டின் சிறப்பை அவர் உணர்ந்துகொண்டார்.

கிருஷ்ணன்நாயர் அங்கிருந்துப் புறப்பட்டது முதல் பானுவின் மனதில் எரிமலை புகைய ஆரம்பித்தது.

சாயங்காலம் கோபி ஆஃபீசிலிருந்து வரும்போது பானு கிளப்புக்குப் போயிருந்தாள். வேலைக்காரப் பையன்தான் விவரங்களைச் சொன்னான்.

இரவில்தான் திரும்பி வந்தாள். ஹாலில் கோபி, ரேடியோ முனகுவதைக் கேட்டபடி உட்கார்ந்திருந்தான்.

“ஓ... வந்தாச்சா?”

“வந்தாச்சு.”

முடிந்தது. பானு எதிர்பார்த்த காட்சி அங்கே நடைபெற வில்லை. அவள் கிளப்புக்குப் போனது குறித்தோ வரத் தாமத மானது குறித்தோ அவன் ஏதாவது சொல்வான் என்று அவள் எதிர்பார்த்தாள். என்றால்தான் அவளால் வெடித்துச் சீற இயலும். கோபியின் உணர்வின்மை அவளைத் திகைக்க வைத்தது.

"பாவம், அந்த மனுசனை எதுக்காக அடிச்சீங்க?"

"எந்தப் பாவம் மனுசனை?"

"கிருஷ்ணன்நாயரை. மற்றவங்ககூட உள்ள வெறுப்பைக் காட்டுறதுக்கு வீட்டுக்கு வர்றவங்களை எல்லாம் அடிச்சு விரட்டுவீங்களா?"

"அந்த மனுசனை அடிச்சிருக்கக் கூடாது. கொன்னுருக்கணும்."

"எதுக்காக?"

"அந்த மனுசன் ரெண்டு பேரோட வாழ்க்கையைப் பாழாக்கிட்டான். ஒருத்தரோட வாழ்க்கையை அல்ல, ரெண்டு பேரோட வாழ்க்கையை."

"அந்த ரெண்டாவது ஆள் யார்னு தெரியலையே?"

"எனக்குத் தெரியும் பானு. உனக்கும் திருப்தியில்லை. நமக்கிடையே கடக்க முடியாத ஒரு அகலம் இருக்கு."

"இங்க என்னை நினைச்சு யாரும் வருத்தப்படத் தேவையில்லை. நான் விலகுனா நிம்மதி கிடைக்கும்னா அதை மட்டும் சொன்னா போதும். எனக்குன்னு ஒரு வீடிருக்கு."

"அது எனக்கும் தெரியும்."

"இதையெல்லாம் பாத்தும் கேட்டும் போதும் போதும்னு ஆயிருச்சு."

"நான் கிருஷ்ணன்நாயரை அடிச்சா, உனக்கென்ன வந்தது?"

"ஆமா, எனக்கொண்ணுமே தெரியாது... என்னை எதுவும் சொல்ல வைக்க வேணாம்."

"சொல்லாம இருக்குறதுதான் நல்லது. கேட்டுக்கேட்டு எனக்கும் போதும்னு ஆயிடுச்சு."

"மனுசனா இருந்தா மனசுக்குள்ள இத்துனூண்டு... இந்தா, இத்துனூண்டாவது அன்பிருக்கணும்."

கோபி வேதனையுடன் சிரித்தான்.

"உனக்கும் அப்படித் தோணுதுதானே? அந்த அறிவாவது உனக்கு இருந்திருந்தா..."

“இருந்து எதுக்கு? ஹூம்... நான் ஒண்ணும் சொல்லலை... பேசாம அந்த உம்மச்சுப் பெண்ணையே கட்டியிருக்கலாமே?”

“தூணியிலிருந்த கடைசி அம்பு, குறி தவறவில்லை. கோபத்துடன் கூரிய பார்வையைப் பதித்து நிற்கும் மனைவியின் முன் நின்று தனக்குள் பரிதாபமாகச் சொல்லிக்கொண்டான்.

“ஆண்டவா...”

அருகிலுள்ள செயரின் கைப்பகுதியைப் பலமாகப் பற்றிக் கொண்டான். காலின் அடிப்பகுதியில் பூமி விலகிச் செல்வது போல் உணர்ந்தான். விழுந்து விடுவோமா...?

அந்தப் பலவீனம் ஒரேயொரு நிமிடம்தான் அவனைக் கீழ்ப்படுத்தியது. இத்தனை நாட்களாக மறைத்து வைத்த உண்மையை அவள் அறிந்து விட்டாள். அவன் மறந்துவிட முயற்சி செய்த உண்மை அது. ஆறத்துவங்கிய இரணத்தின்மீது ஆழமாகக் குத்திய திருப்தியுடன் நிற்கும் அந்த இதயமற்றவள் மீதான கோபம் கொழுந்து விட்டெரிந்தது. உணர்வுகள் மேலிட்டு மூச்சடைக்க வைக்கும் மனதுக்குள்ளிருந்து வார்த்தைகள் தெறித்து விழுந்தன:

“அடியே ... அவ தேவதைடீ ... பொண்ணாப் பிறந்த ஒருத்தியால காட்ட முடியறதுக்கும் மேலான அன்பை என்மேல காட்டினவ...” அவன் ஒரு நிமிடம் நிறுத்திவிட்டுச் சொன்னான்: “அவளைக் கைவிட்டதுக்கான தண்டனையைத்தான் இப்ப நான் அனுபவிச்சிட்டுருக்கேன்...”

வக்கீல் குறுப்பின் செல்ல மகளால் இதைச் சகித்துக்கொள்ள இயலவில்லை.

“எங்கப்பா வாங்கித் தந்த உத்தியோகத்துல இருந்துட்டு... பெரிய நஷ்டம் ஏற்படும்... கேவலப்படுத்த... வெட்கம்கெட்ட..!”

பானுவின் கண்கள் நிறைந்தன. அவன் முதன் முதலாக அவளது கண்களில் கண்ணீரைப் பார்க்கிறான். வேதனை உணர்வு அவளுக்கும் இருக்கிறது.

உள்ளே வாசலை மூடும் சத்தம் கேட்டது. படுக்கையறைக்குள் நுழைந்து வாசலை அடைத்திருப்பாளாக இருக்கும். வாசல் கதவை அவன் எள்ளலுடன் பார்த்தான். ஏதோ, அவன் கதவைத்தட்டி மன்னிப்புக் கேட்கட்டுமே என்பதுபோல்.

‘அறைக்குள் சொர்க்கம் அல்லவா இருக்கிறது, சொர்க்கம், சீ..!’

அவன் அந்தப் பிரம்பு நாற்காலியில் சுருண்டு கிடந்தான். சிகரெட்டுகள் அடுத்தடுத்துப் புகைந்து அடங்கின. அமைதியான சாமங்கள் கடந்துபோயின.

காலையில் பானு வெளியே வருவதற்குள் அவன் வீட்டிலிருந்து இறங்கினான்.

கசங்கிய உடுப்புகள். தலைமுடியைச் சீவவில்லை. முகத்தில் தூக்கமற்ற இரவின் நிழற்தடங்கள். வீங்கிய கண்ணிமைகளைக் கசக்கிவிட்டுக் கால்போன போக்கில் நடந்தான்.

"சார், எங்க போறீங்க?"

கோபியை யாரோ கூப்பிடுகிறார்கள்.

'கஷ்டம்...'

திரும்பிப் பார்த்தான். கம்பெனியில் குமாஸ்தா வேலை பார்க்கும் பையன்.

"காலையிலேயே எங்க போறீங்க சார்?"

முகத்தைப் பார்க்காமல் பதில் சொன்னான்:

"எங்கும் போகலை."

"ஏன் சார், ஒரு மாதிரியா இருக்கீங்க? உடம்பு சரியில்லையா?"

"உம்."

"டாக்டரைப் பாக்கவா?"

"உம்."

"நான் ஸ்டேஷன் வரைக்கும் போறேன். டெலிவரி முடிஞ்சு, மனைவி ஊர்ல இருந்து வர்றாப்பல. ஸ்டேஷனுக்குப் போயி வெயிட் பண்ணிக் கூட்டி வரணும்."

சலாம் வைத்துவிட்டு ஸ்டேஷனுக்குப் போகும் வழியில் அவன் திரும்பி நடந்தான்.

நகரின் எல்லையைத் தாண்டி நீண்டு கிடக்கும் பாதையில், பகல்கனவுபோல் நகர்ந்துகொண்டிருந்தான். தூரத்தில் அறிமுகமான யாராவது தென்பட்டால் 'கஷ்டம்,' என்று தனக்குள் விறுவிறுத்துவிட்டு, மற்றொரு வழிக்குத் திரும்பினான். நடந்து, நடந்து வெயிலின் சூடுதட்ட ஆரம்பித்த பிறகுதான் கவனித்தான். சூரியன் உச்சியிலேற ஆரம்பித்திருந்தது. எந்தெந்த வழிகளினூடே நடந்தோம் என்பதெல்லாம் நினைவில்லை. நகரிலிருந்து ரொம்ப தூரத்தில் ஒரு குறுகியவழியில் நின்றிருந்தான்.

ரோட்டோரமுள்ள ஒரு வீட்டின் முற்றத்தில் நின்று யாரோ பெயர் சொல்லி அழைத்தபோது திடுக்கிட்டுப் பார்த்தான். கம்பவுண்டர் வாசு. முற்றத்துச் செடிப் படர்ப்பில், சிவந்த

வாலுள்ள ஒரு தும்பியைப் பிடிப்பதற்கு முயற்சி செய்யும் மகனுடன் நின்றுகொண்டிருந்தான்.

"என்ன கோபி சார். அபூர்வமா இந்த வழிக்கு?"

"சும்மாதான்."

"உள்ள வாங்களேன்."

என்ன சொல்வதென்று அறியாமல் கோபி திகைத்துப்போய் நின்றான். மகனைத் தூக்கிக்கொண்டு கம்பவுண்டர் வாசு திண்ணையில் ஏறினான். பின்னால் கோபியும்.

மேஜை விரிப்பில் ஊதுவத்திச் சாம்பல் படிந்த கரும் புள்ளிகள்மீது பார்வையைப் பதித்தபடி ஒரு மூடனைப்போல் அமர்ந்திருந்தான் கோபி.

"தேவீ, பாபுவை எடு."

கம்பவுண்டரின் இளம் மனைவி வெளியே வந்தாள். அவள் நீட்டிய கைகளில் அந்தச் சுட்டிப் பையன் போகத் தயாராக இல்லை. அவனது சிவந்து துடுத்த கன்னத்தில் முத்தமிட்ட வாசு தாயின் கைகளில் குழந்தையை ஒப்படைத்தான்.

"அப்புறம், சௌக்கியமா இருக்கீங்களா?"

"சௌக்கியத்துக்குக் கேடு வரலை."

"அப்புறம்?"

"ஒண்ணுமில்ல. சும்மா கொஞ்ச நேரம் நடந்தேன்."

"இந்த வேகுற வெயில்லயா?"

பதில் இல்லை.

கம்பவுண்டர் என்னென்னவோ யூகித்திருப்பான். அதிகமாக யாருடனும் பேசாமல், ஆஃபீஸ் விட்டால் வீடு, வீடு விட்டால் ஆஃபீஸ் என்றிருக்கிற அந்த இளைஞனின் விசித்திர குணத்தைப் பற்றி அவன் பலமுறை யோசித்திருக்கிறான்.

"குடும்பப் பிரச்சினைகள் ஏதாவது?"

"இல்லை."

"இருக்குதானே?"

"இல்லை."

"இங்க சாப்பிடலாமே, இலை போடச் சொல்லட்டுமா?"

"இல்லை, இல்லை... வேணாம்."

“ஏன் ?”

பதற வைக்கும் கேள்வி.

“பசிக்கலை.”

வற்புறுத்திப் பார்த்தும் பலனில்லை. கடைசியில் ஒரு கிளாஸ் டீயையும் சிகரெட்டையும் மட்டும் ஏற்றுக்கொண்டான்.

புறப்படும்போது கோபி சொன்னான்:

“வாசு, உங்களை வெறுப்பேத்துனதுக்கு மன்னிச்சுக்குங்க. அது பெரிய ஒரு கதை. அதைப் பிறகு சொல்றேன்.”

“தேவையில்லாம மனசைப் போட்டுக் குழப்பிக்காதீங்க சார். எல்லாம் சரியாகும்.”

வாசு பொதுப்படையான ஒரு ஆறுதலைச் சொல்லி வைத்தான்.

❍ ❍ ❍

வெயில் மங்கிக்கொண்டிருந்தது... கடற்கரைப் பாதையோரம் நின்றிருந்த ஒரு சவுக்குமர நிழலில் அவன் உட்கார்ந்தான்.

வாசுவின் குடும்ப வாழ்க்கையைப் பற்றி அவன் நினைத்துப் பார்த்தான். கோபியின் சம்பளத்தில் சிறு பகுதிகூட கிடையாது. இருந்தபோதும் நிம்மதியான குடும்ப வாழ்க்கை. அன்பான மனைவி. செல்லக் குழந்தை.

காலையில் சந்தித்த குமாஸ்தா நினைவுக்கு வந்தான். அவனது முகத்தில் ஒரு பொலிவு தெரிந்தது. தலைப்பிரசவத்திற்காக ஊருக்குப் போன மனைவி திரும்பி வருகிறாள். அவளையும் குழந்தையையும் அழைத்து வருவதற்காக அவன் ரெயில்வே ஸ்டேஷனுக்குப் போகிறான்..!

வாழ்க்கை மகிழ்ச்சியுடன் வாழ்வதற்கானது. மனம் என்பது அக்னிக்குண்டமோ மனிதன் என்பவன் கெட்ட கனவோ அல்ல! இந்நகரிலுள்ள பார்க்கும், பீச்சும், நடன அரங்குகளும், சினிமா கொட்டகைகளும் மனிதன் மகிழ்ச்சியாக இருக்க ஏற்படுத்தப்பட்டவைதான். ஆண் – பெண் இன்ப நுகர்வுக்காக! அதில் கணவன்களும் காதலன்களும் பிரம்மச்சாரிகளும் இருப்பார்கள். அவர்கள் அனைவருக்கும் மகிழ்ச்சியைப் பற்றித் தெளிவான பார்வைகளுமிருக்கும். வாழ்க்கை என்றால் நிரம்பித் ததும்ப வேண்டும்.

இனிமையான வாழ்க்கை.

இப்படிப் பலவற்றையும் யோசித்துக்கொண்டிருக்கும்போது வெண்மேகங்களின் கீழுள்ள காலை நிலாக்கீற்று போல், தலையில் தட்டமும் முகத்தில் புன்முறுவலுமாக பீபி நினைவு மண்டலத்தில் நுழைந்தாள்... அதை அவன் மேட[1] மாத வெப்பத்தின் குளிர்க் காற்றாக உணர்ந்தான் .

பீபியைப் பற்றி நினைக்கக்கூடாது என்றுதான் அவன் முடிவு செய்திருந்தான். அவளைப் பற்றிய நினைவுகள் வரவில்லை என்று ஆறுதல் படவும் செய்தான். உண்மையில், தன்னை அவன் ஏமாற்றிக்கொண்டிருந்தான். உணர்விலும், நினைவிலும், கனவிலும் அவளே நிரம்பி நின்றாள். அவன் மறுப்பதுபோல் நடித்து வந்தான்.

நூற்றுக்குமதிகமான மைல் தொலைவில், கிராமத்து மாந்தோப்பு ஒன்றில் பேரின்ப அனுபவம் பெற்ற தருணங்களு மிருந்தன. ஒரு காலத்தில்..!

அவள் இப்போது எங்கிருப்பாள்? அவளது உதரத்தில் இடம் பிடித்திருந்த...

அது நினைவுக்கு வந்தபோது நடுங்கிவிட்டான்.

அவனொரு கோழை. அன்று உண்மையை எதிர்கொள்ளும் துணிச்சல் இருந்திருந்தால் இவ்வளவு வலிகளை அனுபவிக்க வேண்டிய தேவை ஏற்பட்டிருக்காது.

சமூகத்தின் முள்வேலிகளை வெட்டி அகற்றுவதற்குப் பயம். அதுதான் எல்லா வலிகளுக்கும் காரணமாக அமைந்தது. குடும்ப மானத்தைக் கட்டிக் காப்பதற்காக அப்பா ஒரு குறுக்கு வழியைக் கையாண்டார். அவனும் அதற்கு ஒப்புக்கொண்டான். ஒட்டியுலர்ந்த ஒரு பெண் அவனது வாழ்க்கையை மிதித்தேறி வந்தாள்.

“என் அப்பா வாங்கித் தந்த...” அவள் பயன்படுத்திய வார்த்தைகள். சரிதானே? அவளுடைய அப்பா வாங்கித் தந்ததுதான் அந்த உத்தியோகம். அதைச் சொல்ல வேண்டியவளும் அவள்தான். அவன் அதைக் கேட்டுத்தானாக வேண்டும்.

சாதாரணமாக அவளது முன்னிலையில் அவன் குறுகிப்போவதுதான் வழக்கம். இன்று அவனுக்குத் தன்னம்பிக்கை ஏற்பட்டது. ஒடுக்கப்பட்ட நிலையில் அடங்கிக்கிடந்த அவனது ஆண்மை திடீரெனத் தலைதூக்கியது... முதலில் அது கிருஷ்ணன்நாயர்மீது மோதியது. அம் மனிதரின் வயோதிகத்தை மதித்திருக்க வேண்டாமா என்ற கேள்வியும் முக்கியமானதுதான். ஆனால், அதற்கான தேவை இருந்தது. இனிமேலாவது அவர்

1. சித்திரை

அப்பாவி இளைஞர்களின் வாழ்க்கையில் குறுக்கிடும்போது இதை நினைவில்கொள்ள வேண்டும்.

அவரிடமிருந்துதான் பானு, கோபியின் காதல் கதையை அறிந்திருக்கிறாள். அவன் மறந்துவிடுவதற்கு முயற்சிசெய்த வரலாறு மீண்டும் கிளறப்பட்டு விட்டது. கசாயம்போல் கசப்பு மிகுந்ததாக இருந்தாலும், முகம் சுளித்தபடியாவது உதட்டில் வைக்கத் தொடங்கிய வாழ்க்கை அது.

திருமணத்திற்கு முன்பு அவளுடைய வாழ்க்கையைப் பற்றி அவன் எதையும் விசாரிக்கவில்லை. இருதரப்பிலும் தவறுகள் நடந்திருக்கலாம். அவர்கள் இணைந்த அந்தத் தருணத்திலிருந்துதான் புதிய வாழ்க்கை ஆரம்பிக்கிறது.

அப்போதுதான் பக்கங்களைப் புரட்டிப் பார்க்கத் தொடங்கியிருந்தார்கள்...

பீபி! அது வேதனையும் இனிமையும் ஊட்டுகிற நினைவு. கோபி, பீபியைப் பற்றி பானுவிடம் சொன்னதில் தவறில்லை. அவளொரு தேவதைதான். எல்லாவற்றையும் மறந்து கோபியை அவள் விரும்பினாள். தங்களிடையே இட்டுநிரப்ப இயலாத வேற்றுமைகள் இருப்பது தெரிந்தும்...

அன்பே உருவான மனதையும் அழகு ததும்பும் உடலையும் அவள் அவனுக்குத் தானம் செய்தாள்.

அவளைக் கடைசியாகப் பார்த்த நாளை அவன் நினைத்துப் பார்த்தான். நினைக்கும்போதே வெட்கமும் வேதனையும் ஏற்பட்டது. அவனது கோழைத்தனம் அவளுக்குள் வெறுப்பை உருவாக்கியிருக்கும்.

ஒரு திருடனைப்போல் பம்மிப் பதுங்கி அவன் அந்தக் குடிசைக்குள் நுழைந்தான். மரைக்காயர் மாப்பிளை பள்ளி வாசலுக்குச் சென்றிருந்த நேரம் அது.

மரைக்காயர், தன்னை நடுங்க வைத்த அந்தச் செய்தியை அறிந்துகொண்ட மூன்றாம் நாள். அப்பாவுக்கும் மகனுக்கு மிடையே முதல் நாளிரவு சண்டை நடந்தது.

"பீபி..."

வலுவற்ற குரலில் அழைத்தான். உள்ளே இருந்த ஃபாத்திமாவின் காதுகளில் அது விழுந்தது.

அவன் குடிசைக்குள் நுழைந்தான். மெத்தைப் பாயில் வாடிக்கிடந்தாள் அவள். அவன், கட்டிலில் அவளது அருகில் உட்கார்ந்தான்.

குறுகிய நேரமே இருந்தது.

"பீபி..."

அவள் தலையை உயர்த்தினாள்.

"நான் என்ன பண்ணணும்?"

அவள் பதில் சொல்லவில்லை.

"அப்பாவுக்குத் தெரிஞ்சிடுச்சு. நான் நேத்தைக்கு..."

அவளுக்குச் சொல்வதற்கு எதுவுமில்லை.

"ஒரேயொரு வழிதானிருக்கு, பீபி... நான் சொல்றதை நீ கேப்பியா?"

கண்ணீர் புரண்டோடும் அவளது கன்னங்களில் கை வைத்துக் கேட்டான்.

"என்னால உன் வாழ்க்கை சீரழிஞ்சுடக்கூடாது. அதுக்கு ஒரே வழிதானிருக்கு."

"அவன் பனியனுக்குள் கைவிட்டு ஒரு, அவுன்ஸ் குப்பியை வெளியே எடுத்தான்.

"பீபி, எனக்காக நீ இதைக் குடிக்கணும்."

அவளது முகம் நெருப்புப்போல் கனன்றது. கண்கள், அவனது முகத்திலும் அந்தக் குப்பியிலுமாக மாறி மாறி சஞ்சரித்தது.

"ஒண்ணும் ஆகாது பீபி...."

"குடிக்கிறது பிரச்சினையில்லை. ஆனா..."

"ஆனா?"

"சீக்கிரம் மய்யத்தாயிரணும்..."

கோபி வெளிறிப்போனான். அவனது நெஞ்சுத்துடிப்பு அதிகரித்தது. மரைக்காயர் மாப்பிளை வந்து விட்டால்! வெளியே காலடிச்சத்தம் கேட்கிறதா?

"நம்ம நல்லதுக்குதான் சொல்றேன்...என்னைக் காப்பாத்து... பிடி..."

"உங்களை ஆம்பிளைன்னு நினைச்சேன்..."

"பீபி..."

கோபிக்கு வேர்த்தது. மரைக்காயர் மாப்பிளை வந்து விடுவாரோ?

வெளியில் ஏதோ அசைவு கேட்டது. மருந்துக்குப்பியை அவளது அருகில் வைத்துவிட்டு அவன் வேகமாக எழுந்து வெளியே வந்தான்.

முற்றத்துக்கு வந்தபோது யாருமில்லை. நல்லது! அப்போது தான் அந்தச் சத்தம் கேட்டது. 'ணங்' குப்பி விழுந்துடைகிற சத்தம்.

அவன் திரும்பிப் பார்க்காமல் நடந்தான்.

பீபி இப்ப எங்கிருப்பா?

கடற்காற்று வீச ஆரம்பித்தது. ஈரப்பதமுள்ள குளிர்க்காற்று. ஆட்கள் கூட்டம் கூட்டமாக மணற்பரப்பை நோக்கி நகர்ந்து கொண்டிருந்தனர். அருகினூடே கடந்து சென்ற கல்லூரி மாணவிகள் எதையோ சொல்லிச் சத்தமாகச் சிரித்தனர்.

கோபி எழுந்து நடந்தான்.

இரவில்தான் வீட்டில் வந்தேறினான். கோபாலன் வாசல் கதவைத் திறந்தான். சாய்வு நாற்காலியில் குழைந்து விழுந்த கோபி தண்ணீர் கேட்டான்:

பையன் தண்ணீர் கொண்டுவந்தான். காலித்தம்ளரின் ஓரத்தை நகத்தால் சுரண்டியபடி தயக்கத்துடன் நின்ற அவன் மெல்லக் கூப்பிட்டான்:

"சார்!"

"உம்.?"

"சின்னம்மா மெயில் வண்டியில போயிட்டாங்க."

"உம்..."

"பெட்டியும் சாமான்களையும் கொண்டு போயிட்டாங்க. சார் வந்த பிறகு போகலாம்னேன். என்னைக் கடிச்சுத் தின்ட்றாப்ல நின்னாங்க."

ஆழம்மிகுந்த தடாகம்போல் அமைதியாக இருக்கும் எஜமானைப் பார்த்த கோபாலன் அதிர்ச்சியடைந்தான். சின்னம்மா தனியாகப் போய் விட்டார்கள் என்பதை அறிந்ததும் எஜமான் நிலைகுலைந்து விடுவார் என்று அவன் எதிர்பார்த்தான்.

"குளிக்கிறதுக்குத் தண்ணி நிரப்பி வச்சிருக்கேன் சார்."

அன்பான அந்தப் பையன் எஜமானைப் பரிதாபமாகப் பார்த்தபடி சொன்னான்:

"கம்பெனியில இருந்து ஆள் வந்திருந்தது."

"எப்ப?"

"காலையில."

"எதுக்கு?"

"சின்னம்மாகிட்டதான் சொன்னாங்க."

குளித்து முடித்து, சாப்பிட்டதாகப் பாவித்து விட்டு அறைக்குள் சென்று பார்த்தான். பானுவின் இரண்டு இரும்புப் பெட்டிகளும் இல்லை. கொடியிலும் அலமாராவிலும் உடுப்பு களில்லை. அவள் போய் விட்டாள்.

"கோபாலா."

"சார்."

"எந்த வண்டிக்குப் போனா?"

"மலபார் மெயில்ல, நான்தான் டாக்சி பிடிச்சுக் கொடுத்தேன்."

"உம்."

அவன் வெறுமனே முனகி வைத்தான்.

"சார், சின்னம்மா இனி வரமாட்டாங்களா?"

"வரமாட்டாங்க."

சமையல்கட்டுக்குத் திரும்பிய கோபாலன், ஊரிலுள்ள பகவதியம்மையை மனதில் நினைத்து மனமுருகத் தொழுது நின்றான்.

'இனிமேலாவது இங்கே நிம்மதி வரவேண்டும்.'

ஹாலில் விளக்கு அணையவில்லை. சிகரெட் புகைச்சுருள்கள் எதிரொலிபோல் உயர்ந்துகொண்டிருந்தன.

பக்கத்து வீட்டில் ரேடியோ முனகிக் கேட்டது:

'கர்... கர்... மெ... தீவாலி ஹெ மேரே கர் மெ அந்தேரா...'

"கஷ்டம்!"

எஜமான் சலித்துக்கொள்வது தூக்கமயக்கத்திலிருந்த கோபாலனுக்குக் கேட்டது.

வெளிச்சமற்ற இரவுகள்

நகரம் நித்திரையில் ஆழ்ந்திருந்தது.

அவன் பாதையினூடே இலக்கில்லாமல் நடந்து கொண்டிருந்தான்.

முனிசிபாலிட்டி விளக்குகள் அணைந்துவிட்டிருந்தன. மேகம் மூடிய ஆகாயத்தின் எல்லையற்ற பெருவெளியில் சில நட்சத்திரங்கள் சோர்வுடன் எரிந்துகொண்டிருந்தன.

நிலா வெளிச்சம் இருந்திருக்க வேண்டும். நேற்று இந்நேரம் நல்ல நிலா வெளிச்சமிருந்தது.

தூக்கம் வரவில்லை. அவன் வெளியே இறங்கினான். கடந்த மூன்று நாட்களாக தூக்கம் அவனைத் தீண்டவில்லை. அறைக்குள் மூச்சடைக்க வைக்கும் சூழலில் இரவின் நிமிடங்களை எண்ணிப் போக்குவதை விடவும் நல்லது வெளியே இறங்கிச் சுற்றித் திரிவது.

இதற்குமுன் ஒருபோதும் இப்படி இரவு நேரத்தில் சுற்றித் திரிந்ததில்லை.

மற்றவர்கள் பார்த்தால் என்ன நினைத்துக் கொள்வார்கள் என்று யோசிக்கவில்லை. மற்றவர்கள்! சீ, யாரிந்த மற்றவர்கள்?

மங்கிய வெளிச்சத்தில் தெருவினூடே நடக்கும்போது அந்தப் பழைய நண்பன் சேகரன் நினைவுக்கு வந்தான். சேகரனும் கோபியும் ஒரு வருட காலம் ஒரே அறையில் தங்கியிருந்தவர்கள். நண்பர்களிடையே சேகரனைப் பற்றி மோசமான மதிப்பீடு இருந்தது. சேகரன் ஒழுக்கமில்லாதவன். சமூகத்தின் எந்தப் பண்பாடுகளுக்கும் கீழடங்குவ

தில்லை என்று விரதம் இருப்பதுபோல் தோன்றும். இரண்டு விஷயங்களில் அவன் பலவீனமாக இருந்தான். நுரைத்துப் பொங்கும் அயல்நாட்டு மதுபானம் நிரம்பிய கோப்பைகளும் உயிருள்ள மாமிசமும்.

இரவில் அவனுடன் சேர்ந்து நடக்க வேண்டியதாயிற்று கோபிக்கு. தான் போகுமிடத்திற்குக் கோபியையும் அவன் தவறாமல் அழைப்பான். முதலில் ஒரு இடத்திற்கு அவன் போகவும் செய்தான். அயல்நாட்டு மது விற்கும் கடைக்கு. ஆனால், சேகரனின் வற்புறுத்தலைத் தாங்கமுடியாமல், சோடாவும் பிஸ்கட்டும் மட்டும் சாப்பிட்டுவிட்டுத் திரும்பினான்.

நண்பர்கள் அன்று வாய்விட்டுச் சிரித்துவிட்டுச் சொன்னார்கள்:

"நீயொரு முட்டாள்டா, வடிகட்டுன முட்டாள். ஒரு பெக் உள்ள போயிட்டா ஆகாயம் ஒண்ணும் இடிஞ்சு விழுந்துடாது."

கோபி அன்று கீழ்ப்படியத் தயாராக இல்லை. இன்று வரைக்கும் போற்றிப் பாதுகாத்து வரும் வாழ்வியல் நெறிகளைத் தகர்த்தெறிவதற்கு அவன் பயந்தான். அதனால்தான் சேகரனின் இரண்டாவது அழைப்பையும் மறுத்தான்.

சேகரன் – இப்போது எங்கிருக்கிறானோ?

வயிறாரச் சாப்பிட்டு, நிம்மதியாகத் தூங்க வேண்டுமென்று நீண்ட நாட்களாகவே ஆசைப்படுகிறான்.

பானு இப்போது எங்கிருக்கிறாளோ என்றெல்லாம் அவன் யோசிக்கவே இல்லை. எங்கே வேண்டுமானாலும் இருந்து விட்டுப்போகட்டும்.... அவளைப் போன்ற ஒரு பெண் மனைவியாக இருந்து வாழ்க்கையைச் சுரண்டித் தின்ன அனுமதிக்காம லிருப்பது நல்லது.

நடந்து நடந்து, பிரதான பாதைக்கு வந்துசேர்ந்தான். நாற்சந்தியில் ஒரு கடை தூங்காமல் கண் விழித்திருந்தது. அதன் முன்னாலிருந்த விளம்பரப் பலகையைப் பார்த்தான்.

"ஃபாரின் லிக்கர் ஷாப்."

வலுவான ஒரு ஆசை மனதில் பொங்கியெழுந்தது.

"மது..."

வாழ்க்கையில் இன்றுவரையிலும் மது போதை என்றால் என்னவென்று அவன் அறிந்ததில்லை. அதன் சுவையை அனுபவித்த நண்பர்கள் சொல்லிக் கேள்விப்பட்டிருக்கிறான். மனவேதனைகளை மறப்பதற்குக் கைதேர்ந்த ஔஷதம்

என்பதாக! அதுதான் இப்போதைய தேவை. மறக்க வேண்டும்... எல்லாவற்றையும் மறக்க வேண்டும்.

சன்மார்க்க வழியிலிருந்து தடம் புரள்வதாக இருக்கும். உயர்ந்த உத்தியோகமும் நல்ல பண்பாடுகள்கொண்ட நண்பர்களுமுள்ள அவன் குடிப்பதா? சமூகத்தின் பார்வையில் இன்றுவரை அவன் நல்லவனாகவே வாழ்ந்து வருகிறான். சமூகத் தில் நற்பெயர். சீ... காறி உமிழ வேண்டும் போலிருந்தது அவனுக்கு. யாருக்காகவும் அப்படி நல்லவனாக வேண்டாம். பிறர் மதிக்க வேண்டும் என்பதற்காக வாழ்க்கையில் ஒருமுறை மனச்சான்றை விலைக்குப் போட்டான். எல்லாவற்றையும் இழந்தும், எதுவோ மிச்சமிருப்பதாக பாவித்துக்கொண்டிருக்கிறான்.

பார்க்கட்டும். யார் வேண்டுமானாலும் பார்க்கட்டும். வேண்டுமென்றால் இந்த உலகத்தின் முன்நின்று அறிவிக்கவும் தயார்.

"நானொரு குடிகாரன்."

சுளிக்கும் இறுகிய முகங்களில் ஓங்கிக் குத்தவேண்டும் போலிருந்தது.

ஸ்பிரிங் வைத்த வாசல்கதவைத் தள்ளித் திறந்துவிட்டு உள்ளே நுழைந்தான். வெயிட்டர் சலாம் வைத்தான். ஹாலில் மேஜையின் இரு புறமும் நிறையப் பேர் தின்றவாறும் குடித்தவாறும் உட்கார்ந்திருந்தனர். உரத்த குரலில் பேசிக்கொண்டனர். கத்தியும், முள்ளும், பீங்கான்களும் உரசும் சத்தம். தடுமாறும் குரல்கள்... தளர்ந்துபோன சிரிப்புகள்... காட்டமான நெடி வீசும் சூழல்.... அவனது கண்களில் ஒரு விசித்திர உலகம் தென்பட்டது.

அதில், பெண்களும் ஆண்களுமிருந்தனர். ஒரு நிமிட எண்ணவோட்டம். இவர்களும் மனிதர்கள்தானே... என்னைப் போன்ற மனிதர்கள்....

ஒரு காலியான மேஜையைக் காட்டி வெயிட்டர் அழைத்தான்.

இருபுறமும் வரிசையாக ஸ்பிரிங் கதவுகள் தெரிந்தன. குட்டிக்குட்டி அறைகள். உள்ளே இருந்து முணுமுணுப்புகளும் இனிமையான குரல்களும் கேட்டன.

பாடல் முணுமுணுப்புகள்... களையிழந்த சிரிப்போசைகள்... எல்லா அறைகளிலும் மின்விசிறிகள் சுழன்றுகொண்டிருந்தன...

அங்கும் மனிதர்கள்தான். மதியை மயக்கி வாழ்க்கையைக் கொண்டாடுகிறவர்கள்.

"என்ன சார் வேணும்?"

வெயிட்டர் கேட்டான். தொடர்ந்து, ஏதேதோ பெயர்களைச் சொன்னான். தின்பதற்கும் குடிப்பதற்குமான பொருட்கள். அவன் கொஞ்சமும் யோசிக்காமல் தனக்குத் தெரிந்த ஒரு பெயரைச் சொன்னான்:

"ஒயின்."

வெயிட்டர் அகன்றான்.

மீண்டும் அவன் சுற்றுப்புறமெங்கும் கண்களை அலைய விட்டான்.

அடுத்த மேஜையிலிருந்த ஒரு ஆங்கிலோ இந்தியன் அலறினான்:

"ஒயிட் ஹார்ஸ், பாய்."

கோப்பைகள் உரசிக்கொண்டன.

ஹாலின் மற்றொரு மூலையில் மேஜையை ஒட்டி நின்றபடி பேன்ட் பாக்கெட்டில் கையை நுழைத்து, தள்ளாட்டத்துடன் ஒருவன் பாடுகிறான்:

"ஒய் டிட் யு கிஸ் தாட் கேர்ள்..."

அடுத்த நொடியில் ஒயின் மேஜைக்கு வந்தது.

உமர் கய்யாமின் வரிகள் நினைவுக்கு வந்தன. கய்யாமின் கடவுள் முந்திரிச்சாறாக இருந்தது. காதலின் பூநிலாவும் முந்திரிச் சாறின் மதிமயக்கும் சுவையும்.

'வாருங்கள்,

மதுக்கோப்பையை நிரப்புங்கள்...

நாளை நாம் பிரியவேண்டியவர்கள்.

இன்றைய வசந்தத்தில் பூத்து நிற்கும்

பன்னீர்ப் பூக்களை

இன்றே முகர்ந்து விடுங்கள்...

நாளை அவை வாடிவிடக்கூடும்...

வாருங்கள்,

மதுக்கோப்பையை நிரப்புங்கள்...'

கடும் சிவப்புநிறத் திரவம் நிரம்பிய குவளை முன்னால் வந்தது. இனிப்பில்லாத பிஸ்கட்டும்.

சித்திரங்கள் தீட்டிய அந்தக் கண்ணாடிக் குவளையின் ஒடுங்கிய தண்டுப்பகுதியைப் பிடித்து உதடுகளிடையே பொருத்தினான்.

எரிப்பும் இனிப்பும். சுவையற்ற பிஸ்கட்டை அசைபோட்டுச் சுவைத்தபடியே அவன் சுயபரிசோதனை செய்தான்: போதையேறி விட்டதா?

இல்லை. ஒரு பெக் போட்டால் ஒன்றுமாகி விடாது. இன்னொன்று.

“வெயிட்டர்...”

“ஸாப்...”

“ஒன் மோர் பெக்...”

கோப்பை மீண்டும் நிரம்பியது.

பில் வந்தது. எட்டுரூபாய் பதினொரு அணா. பாக்கெட்டி லிருந்து பத்து ரூபாய் நோட்டையெடுத்து ட்ரேயில் வைத்துவிட்டு வெளியேறினான். வெளியே குளிர்ந்த காற்று வீசியது. ரோட்டில் ஓரம் பார்த்து நடந்தான். மனதிற்கு உல்லாசமாக இருந்தது. இருந்தாலும், போதையேறவில்லை என்று நம்பினான். கால்கள் இலேசாக நடுங்குகின்றனவா? இல்லையென்று முடிவு செய்தான். ஆனால், மூளைக்குள் என்னவெல்லாமோ நடக்கிறது. இரத்த நாளங்களினூடே வெப்பம் நுழைந்தேறுகிறது. நெற்றியில் வேர்வைத்துளிகள் அரும்பின.

ஆச்சரியமான இன்னொன்றையும் கவனித்தான். பெரிய பெரிய கட்டிடங்கள் நடனமாட ஆரம்பித்திருந்தன. நீரின் அசைவில் பிரதிபலிக்கும் மரப் பிம்பங்கள்போல். ஒருவேளை, நமக்குத்தான் அப்படித் தோன்றுகிறதாக இருக்கலாம். இல்லை... நிஜமாகவே அசைகின்றன. வியப்பூட்டும் நடனம். அவன் வாய்விட்டுச் சிரித்துவிட்டான். நல்ல வேடிக்கை! மாட மாளிகைகள் காற்றில் நடனமாடுகின்றன. பிரதான பாதையின் இருபுறமுமுள்ள மின்கம்பங்கள் பரஸ்பரம் இணைகின்றன; பிரிகின்றன. முத்தமிடவா? இருக்கலாம். ஜடப்பொருள்கள் முத்தமிட்டுக் கொள்ளுமா? சந்தேகம்தான்.

உதடுகளில் இனிப்பு..! பீபியின் உதடுகளிலும் ஒருவேளை ஒயின் ஒளிந்திருக்கலாம். அவள் எவ்வளவு பெரிய குறும்புக்காரி..!

உதடுகளை அவன் நுனி நாவால் தொட்டுப் பார்த்தான். இனிப்பு, இன்னுமிருக்கிறது.

காற்றில் மிதப்பதுபோலிருந்தது. உடல் பாரம் சிறிதுகூட தெரியவில்லை. கால்கள் தரையில் பதிகின்றனவா?

நடந்து நடந்து ஒரு குறுகிய தெருவுக்கு வந்து சேர்ந்தான். சிறு கோவிலும் நிறைய வீடுகளுமுள்ள தெரு... எவ்வளவு தூரம் நடந்திருப்போம்? புதர்க்காடுகளில் தத்தித் திரியும் மின்மினிப் பூச்சிகள் உச்சியில் பற்றிப் பிடித்திருப்பதுபோல், கரிய மேகக்கீற்று களினூடே நட்சத்திரங்கள் மின்னுகின்றன.

மின் கம்பங்களில்லை. இருட்டில் சிறுதுளைகளிட்டபடி தூண்களில் சோர்ந்துபோய் எரிந்துகொண்டிருந்தன, எண்ணெய் விளக்குகள்.

சிகரெட்டைப் பற்ற வைத்து விட்டு, அவன் இலக்கில்லாமல் நடந்து கொண்டிருந்தான். தலையில் சிறிது சிறிதாக பாரம் தெரிகிறது. உதடுகளில் முந்திரிச்சாறின் இனிமையும்.

பிரதான பாதையிலுள்ள பெரிய கட்டிடங்கள்போல் இந்தச் சிறுகுடில்கள் ஏன் நடனமாடவில்லை?

வீட்டுக்கு எந்த வழியாகப் போகவேண்டும்? எல்லாப் பாதைகளும் ஒரே இடத்தைத்தான் சென்றடைகின்றன என்று ஏதோ ஒரு கவிஞன் எழுதினானே? அது உண்மைதானா என்று தெரியவில்லை.

"சார்?"

அருகிலொரு குரல்.

"எவன்டா, அவன்?"

"நான்தான் சார்."

இருளிலிருந்து முளைத்து வந்தவன்போல் ஒருவன்.

அவன், கோபியின் துண்டு சிகரெட்டுக்குக் கை நீட்டினான்.

கோபி அவனைப் பார்த்தான். கறுத்த, குள்ளமான ஒருவன். இளைஞனாக இருக்கலாம். முதியவனாகவும் இருக்கலாம். இருந்தும், பகுதி இழுத்த சிகரெட்டை அவனது கையில் போட்டுக் கொடுத்தான்.

"எங்க போறீங்க சார்?"

"எங்கயாவது."

பிறகு அவன் கேட்கவில்லை. கோபி நடந்தான். பின்னால் அவனும்...

"சார்!"

கோபி திரும்பினான்.

"நல்ல ஒரு இடத்துக்கு உங்களை அழைச்சிட்டுப் போகவா?"

“மனுசங்க இல்லாத இடத்துக்கா?”

“விளையாட்டுக்குச் சொல்லலை சார். ஃபஸ் கிளாஸ் அயிட்டம்...”

முதல் தரத்தின் குணாம்சங்களை அவன் பட்டியலிட்டான்.

கோபியின் மூளையினூடே ஒரு வெளிச்சம் கடந்து போனது. பெண். அவன் பெண்ணுடலைப் பற்றித்தான் விவரித்துக் கொண்டிருக்கிறான். பணம் வாங்கி, சுகம் விற்கத் தயாராக இருக்கும் அசல் மனிதப் பெண்....

பெண்ணுடலின் மெல்லிய தசைத்திரட்சிகள். பெண் வாசம்... அவனுக்கு ஏதேதோ நினைவுகள் வந்தன. உணர்வுகள் ததும்பி நிற்கிற மகிழ்ச்சி தேவை. மனைவி என்னும் பெயரில் அறியப்பட்ட அந்தப் பெண்ணுடன் செலவிட்ட இரவுகள் நினைவுக்கு வந்தபோது வெறுப்பு உருவானது.

“எங்க?”

“அதோ, பக்கத்துலதான் சார்.”

கோபி நடந்தான். பின்னால் அவனும்...

வாழ்க்கை அனுபவிப்பதற்கானது. கோபி, மாமிசத் திரட்சியுள்ள பெண்ணைத் தேடிச் செல்கிறான். உணர்வுகளுக்குத் தீப்பிடிக்க ஆரம்பித்தது. அங்க லாவண்யங்கள் ... ஆடைகளற்ற பெண்ணுடல்... நடை வேகமெடுத்தது.

“டேய், பணம் எவ்வளவு வேணும்னாலும் வாங்கிக்க. மாத்துக் குறையாம இருக்கணும்.”

“ரெடி சார்.”

அவன் உரத்த குரலில் சிரித்தான். இரவின் அமைதியில், அசைவுகளற்ற சூழலில் அந்தச் சிரிப்போசை எதிரொலித்தது.

இருளில் மூழ்கிய ஒரு குடிசையின் கதவைத் தட்டினான் அவன். வாசல் திறக்கப்பட்டது. உள்ளே வெளிச்சமிருந்தது. சிவப்புச் சேலை சுற்றியிருந்த ஒரு மூதாட்டி அவனை வரவேற்றாள். இடைவழியின் இருபுறமும் தொடுவதுபோல் விரிந்திருந்த மூதாட்டி சிரித்தாள். அவளது காதுகளில் தொங்கிய உலக்கை வடிவ தங்க வட்டுகள் பளபளத்தன.

வந்தவன் தாழ்ந்த குரலில் அவளிடம் ஏதோ சொன்னான்.

மூதாட்டி சைகைகாட்டி அழைத்தாள். கோபி பின் தொடர்ந்தான். அடுத்த இரண்டு வாசல்களைக் கடந்து ஒரு அறைக்குள் நுழைந்தாள் அவள்.

“அஞ்சு ரூபா ஆகும் சார்.”

அவன் ஐந்து ரூபாய் நோட்டை எடுத்துக் கொடுத்தான்.

மூதாட்டி அதைக் கொஞ்சம் வியப்புடன்தான் வாங்கினாள். பேரம் பேசாத ஒருவனை அவள் முதல்முதலாகப் பார்க்கிறாளாக இருக்கும்.

“உட்காருங்க சார்.”

அவள் மெத்தையைச் சுட்டிக் காட்டினாள்.

அவன் இயந்திரம்போல் உட்கார்ந்தான்.

சில நிமிடங்களுக்குப் பிறகு அவள் வந்தாள். இரத்தமும் தசையுமுள்ள ஒரு யுவதி. முகம் நிறைய பவுடரும், உதட்டில் புன்னகையும், இறுக்கமான உடுப்புகளுமாக...

அவளது குலுங்கிய நடையும் சிரிப்பும் கோபிக்கு இரசனை யூட்டியது. வாசலை மூடிய அவள் கோபியின் அருகில் வந்தாள்.

போதை கொஞ்சம் கொஞ்சமாகத் தெளிய ஆரம்பித்திருந்தது. யாரிவள்? இந்த அறைக்குள் தனது உடம்பைத் தொட்டு உட்கார்ந்திருக்கும் இவள் யார்?

அவன் ஒரு பைத்தியக்காரன்போல் அலறினான். ‘என்னையா தெரியாது என்கிறீர்கள்?’ என்பதுபோல் அவள் சிரித்தபடியே ஒட்டிக்கொண்டாள்.

“நீ..?”

“எம் பேரு தேவகிங்க...”

சொல்லிவிட்டு அவள் மீண்டும் புன்முறுவல் காட்டினாள்.

திடீரென்று கோபியின் விதம் மாறியது.

“தேவகீ... நீ தேவகியல்ல. என்னுடைய தேவி நீ...”

அவளது மார்பகங்களில் முகம்புதைத்த அவன் சிறு குழந்தைபோல் தேம்பியழுதான்.

போதையில் இதைவிடவும் கோமாளித்தனங்கள் காட்டும் பலரை அவள் பார்த்திருக்கிறாள்.

“ஹும், இப்ப எல்லாம் சொல்லுவீக... நாளைக்குத் திரும்பிக்கூட பாக்க மாட்டீக.”

“இல்லை, தேவீ...”

“பொஞ்சாதி இருக்காகளா?”

“இருக்காங்க.”

"கர்ப்பமா இருக்காகளோ?"

"இல்லை. அவளை நான் வேணாம்னு வச்சுட்டேன். அவ பொம்பளயே இல்லை. இது சத்தியம்."

அவளுக்கு இது பிடித்திருந்தது.

"உனக்கு என்னென்ன வேணுமோ, எல்லாமே நான் தருவேன். நீதான் எம் பொஞ்சாதி."

சூடான உடல்... மாமிசம் திரண்ட அவயங்கள்... இருளின் ஆழங்களுக்குள் மூழ்கிவிடுவதுபோல் அவனுக்குத் தோன்றியது. மூளைக்குள் கடல் அலைகள் சீறியடிக்கின்றன. அவன் எங்கிருக்கிறான்?

வாசலைப் பலமாகத் தட்டும் ஓசை கேட்டு அவன் கண் விழித்தான். திறந்து கிடந்த ஜன்னல் வழியே கீழ்வானம் ஒளிர ஆரம்பித்திருந்தது. மங்கிய சுவர்களும் அழுக்குப்படிந்த தரையுமுள்ள அறைக்குள் குறுகிய ஒரு கட்டிலில் அவன் படுத்திருந்தான். அருகில் ஒரு பெண் அயர்ந்து தூங்குகிறாள். பிறந்த மேனியுடன். பார்க்க அருவருப்பாக இருந்தது. மெத்தையில் கிடந்த உடுப்புகளை அள்ளி அவளது உடம்பில் எறிந்தான்.

இவள்? ஓ... நேற்றிரவு... காட்சிகள் ஒவ்வொன்றாக, தெளிவில்லாமல் நினைவுக்கு வந்தன.

அவன் வாசலைத் திறந்து விட்டு வெளியே வந்தான். இருண்ட இடைவழியில் ஒரு சிம்னி விளக்கைக் கையில் பிடித்தபடி அந்தத் தாடகை நின்றுகொண்டிருந்தாள். அவளது காதுகளில் தொங்கும் தங்க வட்டுகள் அப்போதும் பளபளத்தன.

அவன் வெளியே பாய்ந்தான்...

"இனியும் வாங்க சார்?"

"சவத்து மூதி!"

அவனது நடையின் வேகம் அதிகரித்தது.

O O O

வாழ்க்கையில் ஒரு புதிய தத்துவ சாஸ்திரம் கிடைத்திருக்கிறது.

ஏற்கெனவே பார்த்தவர்கள் அடையாளம் கண்டுகொள்ள முடியாதபடி கோபி உருமாறியிருந்தான். தோன்றும்போது அலுவகத்திற்குச் சென்றான். கம்பெனி மானேஜரின் தாக்கீதுகள் எதுவும் அவனது தினச்சரியைகளில் மாற்றத்தை நிகழ்த்தவில்லை. சில மணி நேரம் மட்டுமே வீட்டில் இருந்தான். எந்நேரமும் செவ்வரி படர்ந்து நிற்கும் கண்கள். காலையில் வீட்டிலிருந்து புறப்பட்டால் நடுச்சாமத்திற்குப் பிறகு திரும்பி வருவான்.

நள்ளிரவும் பகல் வெளிச்சமும்

நண்பர்கள் அறிவுரை சொல்லிப் பார்த்தனர். பலிக்கவில்லை. கோபியுடனான நட்பைப் பலரும் முறித்துக்கொண்டனர். அவனுக்கு அதனால் எந்த வருத்தமுமில்லை.

புதிய நண்பர்கள் நிறையவே இருந்தனர். வாழ்க்கையில் குறிப்பாக எந்த இலட்சியமும் இல்லாத நண்பர்கள்.

காந்தசக்தியுள்ள பாறையை நோக்கிக் கப்பலைச் செலுத்து கிறோம் என்பதையும் அவன் அறிவான். நினைக்கும்போது நடுக்கமேற்படும் . . . சாயங்காலமானால் அனைத்தையும் மறந்துபோய் விடுவான். மயக்கம் வருவதுவரைக்கும் குடிக்க வேண்டும்... மயக்கம் தெளிந்தால் மீண்டும் குடிக்க வேண்டும்... பணத்தின் கனபரிமாணத்துக்கேற்ப அன்பை அள்ளிக்கொடுக்கும் வணிக மையங்களில் ஏறியிறங்கினான்.

அதனிடையே அப்பாவின் கடிதம் வந்தது. மதுபோதை யில்லாத நேரம் என்பதால் அவன் அதைப் பிரித்துப் பார்த்தான்.

அப்பா அவன்மீது குற்றம் சாட்டியிருந்தார். பானுவை வெறுப்பேற்றி அனுப்பிய பிறகு, வக்கீல் சார் அப்பாவைப் போய்ப் பார்த்திருக்கிறார். ஊருக்கு வந்து பானுவுடனான பிணக்கங் களைத் தீர்த்து, அவளை வேலை பார்க்கும் ஊருக்கு அழைத்துச் செல்ல வேண்டும் என்பது அப்பாவின் கோரிக்கை.

கடிதத்தை வாசித்துக்கொண்டிருக்கும்போது ஒரு நண்பன் வந்தான். நடிகனும் பாடகனும் போக்கிரியுமான ஒரு இளைஞன்.

"வாட் மிஸ்டர் கோபீ, ஒய் வொரீஸ்?"

அருகில் கிடந்த ஒரு செயரில் உட்கார்ந்த அவன் கேட்டான்.

"ஒண்ணுமில்லை."

"அப்புறம் என்ன, தவமா?"

"அப்பாகிட்ட இருந்து கடிதம் வந்திருக்கு..."

"என்ன விசேசம்?"

"பொஞ்சாதியைத் திரும்பக் கூப்பிடணுமாம். அவ, வீட்டை விட்டுப் போறதுக்குக் காரணம் நான்தானாம்."

நண்பன் உரத்த குரலில் சிரித்தான்.

"உன் அப்பாகிட்ட வேற ஏதாவது வேலையிருந்தா போய்ப் பாக்கச் சொல்லு. ஒரு பொம்பளையை வேண்டாம்னு வெச்சதுக்குப்போயி... சீ..."

கோபி அமைதியாக உட்கார்ந்திருந்தான்.

"நண்பா, உனக்கொரு வரலாறு தெரியுமா?"

“என்ன வரலாறு?”

“அப்படிக் கேளு... உன் எதிர்ல உக்காந்திருக்குற என் வரலாறுதான். பதினாறு வயசுல வீட்டைவிட்டு வந்தவன் நான். பத்தொன்பது வயசுல என்னுடைய முதல் காதல். ஆனா, அன்னைக்கு நான் மகா போக்கிரியா இருந்தேன்....”

அவனுடைய வரலாறு கோபிக்கு வேடிக்கையாக இருந்தது.

“சிகரெட் இருக்கா?”

“ஆங்... இருக்கு.”

சிகரெட்டைப் பற்றவைத்ததும் நண்பனுக்கு உற்சாகம் தொற்றிக்கொண்டது.

“மனைவியை வேண்டாம்னு சொன்னதும் உங்கப்பா, சண்டைக்கு வர்றாரு. அப்ப... அதுவுமொரு வரலாறுதான்... பாரு, உனக்குக் கதை வாசிக்கப் பிடிக்குமா?”

“என்ன கதை?”

“புத்தகத்திலும் பத்திரிகையிலும் வர்ற கதைகள்தான். எனக்கு ஒரு நண்பன் இருக்கான். இங்க இல்லை, தூரத்துல. அவன் என் கதையைப் புத்தகமாப் போட்டான்.”

“நான் காதல் வசப்பட்டது பத்தொன்பதாவது வயசுல. சத்தியமா, உண்மைக்காதல். ஆனா, வேலைவெட்டி கிடையாது. கல்யாணம் பண்ணிக்க முடியலை. அவளுக்கு என்னைவிட நாலு வயசு அதிகம்.”

“பிறகு?”

“பிறகென்ன, அவ, வேறொருத்தனைக் கட்டிக்கிட்டா. அவன் கையில நிறைய காசு இருந்தது.”

“கஷ்டம்தான்.”

“என்ன கஷ்டம்? நான் இருபத்தொண்ணுல கல்யாணம் பண்ணிக்கிட்டேன். மூணுமாசம் வெச்சுருந்துட்டு, பிறகு வேண்டாம்னேன். அவ, ஆசிரியையா இருந்தாள். சின்னதா ஒரு சுபாவப் பிழையுமிருந்துச்சு....”

“அப்புறம்?”

“கைவிட்டதும் கைவசம் வெச்சிருக்குறதும் சேத்து இப்ப எனக்கு அஞ்சு பொஞ்சாதிங்க.”

“அஞ்சுபேரா?”

“ஆமா... நான் கட்டுன பொண்ணை நான் வேண்டாம்னு சொல்றதுக்கு அப்பாகிட்ட ஒப்புதல் வாங்கணுமா?”

“தேவையில்லை.”

“நீ கல்யாணம் பண்ணிக்கிட்ட அந்தக் காய்ஞ்சுபோன பொண்ணை வேண்டாம்னு சொன்னதுக்காக உங்க அப்பா சண்டைக்கு வர்றாருன்னா அது தப்புதானே”

“கண்டிப்பா.”

“நான் இன்னும் கட்டுவேன். என் அப்பா இல்லை, அவரோட அப்பா வந்தாலும் என்னைத் தடுக்க முடியாது.”

நண்பன் இன்னும் என்னென்னவோ சொன்னான். எல்லாமே அனுபவங்கள். கடைசியில், வயிற்றைத் தடவியபடி வருத்தத்துடன் சொன்னான்:

“ஒரு துளி உள்ள போகலைன்னா என் நிலைமையைப் பாரு. வயிறு எரியுது. நிக்க முடியல.”

கோபி மேஜைக்குள்ளிருந்து பர்சை எடுத்தான். மேஜைமீது கிடந்த கடிதத்தைச் சுருட்டி ஜன்னல் வழியாக எறிந்துவிட்டுப் புதிய உற்சாகத்துடன் சொன்னான்:

“சரி, வா... போகலாம்.”

நடந்துபோகும், தனது எஜமானைப் பார்த்து கோபாலன் பெருமூச்சு விட்டான்.

ஒரு ஆட்டுக்குட்டியைப்போல் எவ்வளவு பரிசுத்தமாக இருந்தவன். இப்படி மாறிவிட்டானே? கடந்த சில நாட்களாக அவன் பார்க்கிறான். வேர்வையில் குளித்த உடலும் சிவந்து கலங்கிய கண்களுமாக, சூறைக்காற்றுப்போல் நள்ளிரவில் வந்தேறுகிறான். ஏதாவது கேட்கவும் பயம். சில நேரம் எந்தக் காரணமுமில்லாமல் கோபப்படுவான். அல்லது எதுவும் பேசாமல் இருப்பான். போதை மாறினால், ஒரு மூலையில் சாய்வு நாற்காலியில் போய் எதுவும் பேசாமல் கண்மூடிப் படுத்திருப்பான்.

இரவில் எங்கெல்லாம் சுற்றித்திரிகிறானோ என்னமோ? அக்கம் பக்கங்களிலுள்ள சிலர், அவன் சில தவறான இடங்களுக்குப் போவதாகச் சொல்கிறார்கள். அந்த இடங்களைப் பற்றி அவனும் கேள்விப்பட்டிருக்கிறான். அங்குள்ள சில வீடுகளில் பெண்கள் அவ்வளவு சரியில்லை என்றும் அவனுக்குத் தெரியும். அவனுடைய எஜமானைத்தான் அங்கே பார்த்ததாகச் சொல்கிறார்கள்.

தினமும் மாலையில் எஜமான் தனது நண்பர்களுடன் புறப்படுவதைப் பார்க்கும்போது இதுதான் அவனது நினைவுக்கு வரும்.

....

ஒருநாளிரவு எஜமான், கோபாலனைக் கூப்பிட்டான். சிவந்து கலங்கிய கண்களும் வாடிய முகமுமாக எஜமான் உட்கார்ந்திருந்தான். கோபாலன் பணிவுடன் சுவரில் சாய்ந்து நின்றிருந்தான்.

"உனக்கு எத்தனை மாசம்டா சம்பளப் பாக்கி இருக்கு?"

"ரெண்டு மாசம்."

"இந்தா, இருபது ரூபா. நீ நாளைக்கே போயிடு."

கோபாலன் நடுங்கிவிட்டான். கோபியிடம் வேலைக்குச் சேர்ந்து ஒரு வருடமாகிறது. ஒருமுறைகூட கோபியின் அதிருப்திக்கு அவன் ஆளானதில்லை.

அவனது கண்கள் கலங்கின.

ஊரில் அனுபவிக்க இருக்கும் கஷ்டங்கள் கண்முன் நிழலாடின...

கோபாலனுக்குப் பேசுவதற்கு வார்த்தைகள் கிடைக்கவில்லை.

"நீ, போகலாம்."

கோபாலன் அழுதுவிட்டான். கோபி அவனது முகத்தைப் பார்க்காமல் சொன்னான்:

"வீட்டை நான் காலிபண்ணப் போறேன். நாளைமுதல் எனக்கு ஹோட்டல் சாப்பாடு."

கோபாலன் வாசல்படியில் ஒட்டிநின்று முகத்தைத் திருப்பியபடி தேம்பினான்.

"கோபாலா, நீ வருத்தப்பட வேணாம்..."

....

"அப்புறம்... என்னை வேலையிலிருந்து நீக்கிட்டாங்க."

கோபாலன் ஸ்தம்பித்து விட்டான். தன்னுடைய வேலை பறிபோனதை விடவும் அவன் அதிகமாக வேதனைப்பட்டான்.

"அப்ப... சார்... ஊர்ல...?"

"ஊரா..? எனக்கு அப்படில்லாம் எதுவுமில்லை."

எலும்பு தெரியும் நெஞ்சில் கைவைத்தபடி செயரில் கண்மூடிக் கிடந்த எஜமானைப் பரிதாபமாகப் பார்த்தபடி கோபாலன் கண்களைத் துடைத்துக் கொண்டான்.

"கடவுளே, இனி என்ன நடக்கப்போகுதோ?"

காஃபிருடைய குழந்தை

"மொய்தீனே, டேய், மொய்தீனே."

உம்மா அழைப்பதைக் கேட்டதும், மொய்தீன் முற்றத்திலிருந்து வந்தான்.

முற்றத்துச் செடிப்படர்ப்பில் சிறு தும்பி யொன்று பறந்து திரிவதைப் பார்த்தபடி நின்றிருந்தான் மொய்தீன். சிவப்பு நிற இறகுகளும் பச்சைநிற வாலுமுள்ள தும்பி. பார்க்க மிகவும் அழகாக இருந்தது. மொய்தீனின் விரல்கள் தொடவும் உடனே பறப்பதுமாக அது அவனுக்குப் போக்குக் காட்டிக்கொண்டிருந்தது.

"என்ன உம்மா?"

"அங்க என்னடா பண்றே?"

"உம்மா, ஒரு தட்டான்மா. நல்ல அழகா இருக்கும்மா... புடிக்கப் போனா மட்டும் பறந்துருது..."

ஃபாத்திமா மண்குடத்தை இடுப்பில் வைத்து, தலையில் கிடந்த தட்டத்தைச் சீராக்கியபடி சொன்னாள்:

"என் புள்ளை ஊட்டுல இருந்துக்க. உம்மா போயி ஒரு குடம் தண்ணியெடுத்துட்டு வந்துர்றேன்."

உம்மா தண்ணீர் எடுத்துக்கொண்டு வரும்வரை வீட்டில் உட்கார்ந்திருக்க அவனுக்கு விருப்பமில்லை.

"தண்ணியெடுக்க நானும் வரேம்மா."

"நீ எதுக்குடா, என் புள்ளை இங்க இருந்துக்க."

"நானும் வருவேன்."

எம்.டி. வாசுதேவன் நாயர்

ஆறு வயதான அந்தப் பிடிவாதக்காரனிடம் பேசிப் பலனில்லை என்பது ஃபாத்திமாவுக்குத் தெரியும். அவள் சம்மதித்தாள்.

ஃபாத்திமாவின் தோப்பிலும் ஒரு கிணறிருந்தது. ஆனால், கும்ப¹ மாதத்தில் அதில் நீர் வற்றிவிடும். பிறகு, இடவத்தில்² மழை பெய்து கிணறு நிறைவது வரைக்கும் ஆற்றங்கரையில் தோண்டிய ஊற்றிலிருந்துதான் நீர் கொண்டுவர வேண்டும்.

ஃபாத்திமா குடத்தை இடதுபக்க இடுப்புக்கு மாற்றி, மொய்தீனின் கையைப் பிடித்துக்கொண்டு ஆற்றங்கரைக்கு வந்தாள்.

வெயில் காலத்தில் ஆறு சிறு நீரோடையாக மாறியிருந்தது. மூட்டளவு தண்ணீருள்ள இடங்கள் குறைவாகவே இருக்கும். மிச்ச இடங்கள் முழுவதும் வெறும் மணற்பரப்பு.

மங்கத் தொடங்கிய மஞ்சள் வெயிலில் மண் துகள்கள் ஒவ்வொன்றும் வைரத்துகள்போல் மின்னின. அக்கரையில் சில காலிப் பையன்கள் குளித்துக் கொண்டிருந்தனர். கீழே, ஒரு ஃபர்லாங் தொலைவில் கடல் மணலில் இரண்டு குழந்தைகள் உட்கார்ந்து விளையாடிக்கொண்டிருந்தன. அந்த ஆற்றங்கரையில் நிற்கும்போது ஏதோ கெட்ட கனவு காண்பதுபோல் தோன்றியது ஃபாத்திமாவுக்கு. ஒரு பெருமூச்சின் வெப்ப அலை அவளை அறியாமலேயே மன ஆழத்திலிருந்து எழுந்தது.

அவளது விரல்களைத் தளர்த்திக்கொண்டு மொய்தீன் மணற்பரப்பில் குதித்தான். இடுப்பில் கட்டியிருந்த சிவப்பு அரை வேட்டி தொந்தரவாக இருந்தது. அதை அவிழ்த்துப் போட்டுவிட்டு வெள்ளை மணற்பரப்பில் குட்டிக்கரணம்போட வேண்டும்போலிருந்தது. நல்ல சீனிபோன்ற மணல்... சூடாக இருப்பதால் ரொம்பவும் குட்டிக்கரணம்போட முடியாது. அப்போதுதான் மனதுக்குள் இன்னொரு திட்டம் உருவானது. ஒரு பள்ளம் தோண்டலாமே? துணியைச் சுருட்டி வைத்து விட்டு, கைகளால் மணலைத் தோண்ட ஆரம்பித்தான். அதுவும் இரசனையாக இல்லை. ஒரு வீடு செய்துவிடலாம். வீடும், தோப்பும், தொழுவமும், கிணறுமெல்லாம் செய்து உப்பாப்பாவாகி விட்டால் என்ன?

அவன் ஒரு சுள்ளிக்கம்பை எடுத்து மணலில் கோடுபோட்டுத் தனக்குத் தேவையான இடத்தை விலைக்கு எடுத்தான். தோட்டத்தைச் சுற்றி மதில் சுவர் கட்ட வேண்டும். நடுவில் வீடு.

---

1. மாசி
2. வைகாசியில்

முற்றத்தின் நடுவில் கிணறு. வீட்டின் அருகில் கறுப்பிப் பசுவைக் கட்டுவதற்கான ஒரு தொழுவம். ஆனால், அதெல்லாம் செய்து முடிப்பதற்குக் கால அவகாசம் போதாது. மதில் கட்டுவதினிடையே அவன் உம்மாவைப் பார்த்தான். உம்மாவோ குடத்தை ஊற்றின் அருகில் வைத்து விட்டு நின்று கனவு காண்கிறாள்....

ஃபாத்திமா, குடத்தை ஊற்றில் முக்கியெடுத்துப் போகத் தொடங்கும்போது மொய்தீனைக் கூப்பிட்டாள். அவன் வருவதற்குத் தயாராக இல்லை.

"வாடா, மவனே. ஆடோ மாடோ வந்து என் புள்ளையக் குத்திரும்."

"வராதும்மா... வந்தா நான் எறிஞ்சு விரட்டிருவேன்..."

உம்மாவின் உதட்டில் புன்னகை படர்ந்தது.

"உற்சாகத்தைப் பாரேன்."

"உம்மா, போங்க."

"அந்தப் புள்ளைங்க வந்து குறும்பு பண்ணும்டா... நீ வந்துரு."

"இந்த வளவுக்கு வந்தா நான் அடிப்பேன்."

அவன் மணலில் வரைந்து வைத்த கோடைக் காட்டினான்.

ஃபாத்திமா குடிசைக்குத் திரும்பினாள். சொல்பேச்சுக் கேட்கவில்லை என்றால் வேறு என்னதான் செய்வது? கொஞ்ச நேரம் கழிந்து வந்து கூப்பிட்டுக் கொள்ளலாம்.

நடக்கத் தொடங்கிய காலம் முதல் குடிசையையும் சுற்றுப்புறங்களையும் விட்டு மொய்தீன் எங்குமே போனதில்லை. அயல் பக்கங்களிலுள்ள பிள்ளைகளும் அங்கே வருவதில்லை. அவர்களுடன் சேர உம்மா அனுமதிப்பதில்லை.

உப்பாப்பா இருந்த காலத்தில், அதிகம் பேசமாட்டார் என்றாலும் உப்பாப்பாவை அவனுக்கு ரொம்பப் பிடிக்கும். சில சமயங்களில் அவனது தலையை வருடியபடி ஏதாவது முணுமுணுப்பார். அவனைப் பார்த்துக்கொண்டே இருக்கும் போது உப்பாப்பாவின் கண்கள் நிறைவதை அவன் பார்த்திருக் கிறான். அது ஏனென்று அவனுக்குப் புரியாது. எதுவும் பேசமாட்டார் என்றாலும் உப்பாப்பாவின் கட்டிலின் அருகிலேயே சுற்றி வருவது மொய்தீனுக்குப் பிடிக்கும்.

சில மாதங்களுக்கு முன்புதான் உப்பாப்பா இறந்துபோனார். மூன்று நாள் காய்ச்சலில். உப்பாப்பாவை மையத்துக் கட்டிலில் கிடத்திச் சிலர் சுமந்துகொண்டு போனபோது உம்மாவிடம் கேட்டான்:

"உப்பாப்பா இனி வரமாட்டாங்களா உம்மா?..." உம்மா தேம்பியழுதாள்.

"வரமாட்டாங்களா உம்மா?"

"வரமாட்டாங்க மவனே... நமக்கு இனி யாரிருக்கா?"

அப்படியாக அந்த நல்ல உப்பாப்பாவும் இல்லாமல் போனார்.

உம்மாவும் கறுப்பிப் பசுவும் அதன் பாண்டிக்காளையும் தோப்பில் பயறுக்கொடிகளுக்கிடையில் பறந்து விளையாடும் தும்பிகளும் மூவாண்டன் மாமரத்துக் கிளையில் உப்பாப்பாவின் வெண்தாடிபோல் அசைந்தாடும் கருங்குருவியின் கூடுமாக முடிந்தது அவனது உலகம்.

உம்மா அடுக்களையில் வேலை செய்யும்போது மொய்தீன் திண்ணையில் உட்கார்ந்து அதைப் பார்த்துக்கொண்டிருப்பான். இடையிடையே அவனுக்குச் சில சந்தேகங்கள் வரும். அதையெல்லாம் தீர்த்து வைக்க வேண்டியவள் உம்மாதான்.

"ஏன் உம்மா கறுப்பிப் பசு, பாண்டிக்குட்டியை நக்குது?"

"கறுப்பியோட மவளில்லையா பாண்டி. மவளை அவளுக்குப் பிடிக்கும். அதனால நக்குது."

ஆற்றங்கரையில் பரந்து விரிந்த உலகத்தைப் பார்த்தபோது, அவன் வியந்துபோய்விட்டான்.

மொய்தீன் வீடு செய்வதினிடையே சுற்றுமுற்றும் பார்ப்பான். உம்மா சொன்னதுபோல் கன்றுகாலிகள் எதுவும் வந்தால்? எல்லா கன்றுகாலிகளும் அவனுடைய கறுப்பிப் பசுவைப்போல் சாதுவாக இருக்காது என்பதும் அவனுக்குத் தெரியும்.

அதனிடையே அவன் ஒரு ஆச்சரியத்தைக் கண்டுபிடித்தான். கீழ்ப்பக்க மணல் மேட்டில் விளையாடிக்கொண்டிருக்கும் இரண்டு குழந்தைகள் அவனையே பார்த்துக்கொண்டு நிற்கிறார்கள். கறுத்தத் துணியைச் சுற்றிய ஒரு உம்மச்சிச் சிறுமியும் இன்னொரு பையனும்.

அவர்கள் ஏன் என்னையே பார்க்கிறார்கள். அவனுக்குச் சற்றுப் பயமாகத்தான் இருந்தது. அவர்களுடன் அவனுக்கு அறிமுகமில்லை. அயல் பக்கங்களுக்குப் போகக்கூடாதென்று உம்மா சொல்வதற்குக் காரணம் அவர்கள் தொந்தரவு செய்வார்கள் என்பதாலும் இருக்கலாம். அவர்கள் ஏன் தன்னைத் தொந்தரவு செய்யவேண்டும் என்பதைப் பற்றி அவன் யோசிக்கவில்லை.

வீட்டுவேலை முடிந்தபிறகு ஒரு கிணறு தோண்டலாம் என்று நினைத்தான். முற்றமாக நினைத்துக்கொண்ட இடத்தை அவன்

தோண்ட ஆரம்பித்தான். ஒரு சாண் ஆழம் சென்றதும் ஈரம் தெரிந்தது. அவனுக்கு மகிழ்ச்சியாக இருந்தது. முழங்கையிலிருந்த மணலைத் தட்டி விட்டு எழுந்து நின்றான். துணியை அவிழ்த்துப் போட்டது எங்கே என்று பார்க்கும்போது, துணியின் பின்னால் அவர்கள் நிற்கிறார்கள். ஒரு துண்டு, கறுத்த காச்சி முண்டைச் சுற்றிய அந்த உம்மச்சிச் சிறுமியும் கூடவே இன்னொரு சிறுவனும்.... அவளுடைய தம்பியாக இருக்கலாம்.

அந்தச் சிறுமிக்கு மொய்தீனை விடவும் வயது அதிகமிருக்கலாம். அவளது இடுப்பில் அகலமான வெள்ளி அரைஞாணும் முழங்கையில் தங்கம்போல் மின்னும் கண்ணாடி வளையல்களும்.

மொய்தீன் சற்றுப் பயந்து விட்டான். அவர்களது நோக்கம் என்னவென்று தெரியவில்லை. எதிரிகள் இரண்டு பேர். தொந்தரவு செய்வார்களா? அல்லது வீட்டைக் கைப்பற்ற நினைக்கிறார்களா? அவன் சந்தேகத்துடன் நின்றான்.

“வீடு கட்டுறியா?”

அவள் கேட்டாள்.

தயக்கத்துடன் சொன்னான்:

“ஆமா.”

“நான் பெரியகுழி தோண்டினேன். இவன் அதை இடிச்சுட்டான்.”

அவள் தம்பியைக் காட்டிச் சொன்னாள். மொய்தீனின் பயம் தெளிந்தது. தொந்தரவு செய்யமாட்டார்கள்.

“எம்புட்டுப் பெரிய குழி?”

“இம்மாம் பெரிய குழி. ஆளு நின்னாத் தெரியாது.”

அதை அவன் நம்பவில்லை. மனதுக்குள் நினைத்துக் கொண்டான்:

‘பொய் சொல்றா.’

“ஐதுரூஸை இனி குழிதோண்டக் கூட்டிட்டு வரமாட்டேன்.”

அவர்கள் சீக்கிரமாகவே பரிச்சயமானார்கள். மொய்தீனின் மணல்வீட்டைப் பற்றி சைனபா கருத்துச் சொன்னாள்:

“நல்லா இருக்கு. ஆனா, பெருசா இல்லை.”

“மொய்தீனே, நமக்கு ஒரு பெரிய வீடுகட்டலாமா..?”

அவன் சம்மதித்தான்.

“நீ நாளைக்கும் வருவியா?”

“வரேன்.”

“இது என்ன?”

அவன் கிணறாகக் கற்பனை செய்திருந்த குழியைக் காட்டிக் கேட்டாள்.

“இது கிணறு…”

சைனபாவுக்கு ஒரு அபிப்பிராயம் தோன்றியது.

“நமக்கு இதைக் குளமாக்கலாம்.”

மொய்தீன் சம்மதித்தான். இரண்டுபேரும் குனிந்து உட்கார்ந்து மணலைத் தோண்ட ஆரம்பித்தனர். ஹைதுரூஸ் அதைப் பார்த்தபடி அசையாமல் நின்றிருந்தான்.

“சைனபா… சை…னபா.”

தூரத்தில் கூப்பிடுவது கேட்டது.

“யாரு கூப்பிடுறா?”

“உம்மாதான். நான் போவமாட்டேன். இது முடியட்டும்.” அவள் குளம் தோண்டுவதில் மும்முரமானாள்.

சைனபாவைத் தேடிவந்த ஆமினும்மா அவள் விளையாடுவதைத் தூரத்தில் வைத்தே பார்த்துவிட்டாள்.

“சைனபா… கூப்பிட்டா வந்துரு… சொல்லிட்டேன்…”

“நான் போவமாட்டேன்.”

“உம்மா அடிப்பாங்களா?”

“உம்மா என்னை அடிச்சா, வாப்பா உம்மாவை அடிப்பாங்க.”

சைனபாவின் விளையாட்டு உம்மாவுக்குப் பிடிக்கவில்லை. ஆமினும்மா வந்து பார்க்கும்போது அவள் பக்கத்து வீட்டுப் பையனுடன் விளையாடுகிறாள்.

சைனபாவின் முதுகில் ஒரு அடி விழுந்தது.

“போடீ… ஊட்டுக்கு…”

அவள் பயந்துபோய் நிற்கும் மொய்தீனைப் பார்த்து,

“ஹறாம் பிறந்த பகையா. உன் விளையாட்டு இவுங்க கூடவா?” என்றொரு கேள்வியும் கேட்டாள்.

சைனபாவை ஓட்டிக்கொண்டு ஆமினும்மா நடந்தாள்.

மொய்தீன் மெல்லக் குடிசையை நோக்கி நடந்தான். போகும் வழியில் ஒரு தடவை திரும்பிப் பார்த்துக்கொண்டான். அவன் கஷ்டப்பட்டுக் கட்டிய மணிமண்டபம் ஆமினும்மாவின் மிதிபட்டுத் தகர்ந்து கிடந்தது.

வாடிய முகத்துடன் அவன் குடிசைக்கு வந்தான்.

"விளையாடி முடிஞ்சுதாடா மவனே?"

ஃபாத்திமா, மொய்தீனின் உடலிலிருந்த மணலைத் தட்டி விட்டாள்.

"நீ ஏண்டா ஒரு மாதிரியிருக்கே?"

மொய்தீனுக்கு அழுகை வந்தது. உம்மாவோ உப்பாப்பாவோ ஒருபோதும் அவனிடம் கோபப்பட்டதில்லை. உப்பாப்பா அதிகம் பேசமாட்டார் என்றாலும் முறைத்துக்கூட பார்த்ததில்லை. சைனபாவின் உம்மா பார்த்ததுபோல்.

"உம்மா... என்னைத் திட்டுனாங்க!"

"யாரு?"

"சைனபாவோட உம்மா."

"ஏன்?"

அவனது கண்ணீரைத் துடைத்தபடி ஃபாத்திமா கேட்டாள்.

ஏன் திட்டினாள் என்று மொய்தீனுக்கும் தெரியாது. அவன் சேர்ந்து உட்கார்ந்து விளையாடினான்.

"உம்மா, நான் பகையனா?"

"இல்லைடா, மவனே."

மொய்தீனுக்குக் கொஞ்சம் ஆறுதலாக இருந்தது.

"சைனபாவோட உம்மா, என்னை ஹறாம் பிறந்த பகையன்னு திட்டுனாங்க."

ஃபாத்திமா தலையை ஆட்டினாள். வார்த்தைகள் அவளது தொண்டையில் சிக்கி நின்றன. மொய்தீன், உம்மாவின் முகத்தைப் பார்த்தான். உம்மாவின் கண்களில் ஈரம்.

"என் புள்ளை, இனி அங்க விளையாடப் போகவேணாம்."

"மாட்டேன் உம்மா. சைனபாவோட உம்மா இனியும் வருவாங்களா?"

"வருவாங்க."

"இங்கயும் வருவாங்களா?"

“இங்க வரமாட்டாங்க. இங்க உம்மா இருக்கேன்லே?”

மறுநாள் மொய்தீன் ஆற்றங்கரைக்கு விளையாடப் போகவில்லை. அங்கே, போனதால்தானே சைனபாவின் உம்மா திட்டினாள். வீட்டுக்கு வந்து திட்ட மாட்டாள். சைனபாவின் உம்மா அல்ல, உம்மும்மா வந்தால்கூட அவனுக்குப் பயமில்லை. உம்மாதான் பக்கத்தில் இருக்கிறாளே! அவன் முற்றத்தில் சுள்ளிக்கம்புகளால் வீடு கட்டினான். தனியாக விளையாடுவது சுவாரஸ்யமாக இல்லை.

மறுநாள், உம்மா தண்ணீர் எடுக்கப் போகும்போது கூடவே மொய்தீனும் போனான்.

தண்ணீர்க் குடத்தை நிறைத்து விட்டு உம்மா போனதும் அவன் சுற்றுமுற்றும் பார்த்தான். சைனபா கீழ்ப்பக்க மணல் மேட்டில் உட்கார்ந்து விளையாடுகிறாள். அவள் தனியாகவே இருந்தாள். கூட ஹைதுரூஸ் இல்லை. யாராவது பார்க்கிறார்களா என்று கவனித்துவிட்டு மொய்தீன் மெதுவாக அவளருகில் சென்றான்.

“நான் உன்கூட விளையாட வரமாட்டேன்.”

அவள் சற்று வருத்தத்துடன் சொன்னாள்.

“ஏன்?”

“உம்மா வேணாம்னாங்க. நீ காஃபிரோட புள்ளையா?”

அவன் திடுக்கிட்டு விட்டான். இதென்ன கேள்வி என்பதுபோல் அவன் சொன்னான்:

“எனக்குத் தெரியாது.”

“எங்க உம்மா சொன்னாங்க. உண்மையாதான்.”

“நான் எங்க உம்மாட்ட கேக்கட்டுமா?”

அவன் திரும்பிச் சென்றான்.

சைனபாவின் கேள்வி அவனை மிகவும் வேதனைப் படுத்தியது. அவன் காஃபிரின் மகனாம். அவன் உம்மாவின் மகன். பிறகெப்படி காஃபிரின் மகனாக முடியும்?

இரவில் உம்மா, சோற்றைக் குழைத்து, உருண்டையாக்கி அவனுக்கு ஊட்டுவாள். சாப்பிட்டு முடித்ததும் கை கழுவி, துடைத்து பாயில் படுக்கவைத்த பிறகுதான் உம்மா சாப்பிட உட்காருவாள்.

உம்மாவுடன் ஒட்டிக்கொண்டு படுத்திருக்கும்போது அவன் கேட்டான்:

"நான் உம்மாவோட புள்ளைதானே உம்மா?"

ஃபாத்திமா அவனைக் கட்டிப்பிடித்து, உச்சியில் முகம் அமர்த்தியபடி சொன்னாள்:

"உம்மாவோட புள்ளைதான்; உம்மாவோட செல்லப் புள்ளை..."

"உம்மா, சைனபா கேக்குறா..."

அவனுக்குச் சந்தேகம்.

"அவ என்ன வேணும்னாலும் கேட்டுட்டுப் போகட்டும். என் மவன் அவகிட்டப் பேசவேணாம்."

"அவளுக்கு ஒண்ணுமே தெரியலை உம்மா. அவ கேக்குறா நீ காஃபிரோட புள்ளையான்னு..."

உம்மா பதில் சொல்லவில்லை.

"உம்மா..."

....

"உம்மா ஏன் பேசமாட்டேன்கிறீங்க?"

"மவனே..."

மொய்தீனின் முகத்தில் சூடான கண்ணீர்த்துளிகள் விழுந்தன.

"உம்மா அழாதீங்க."

"இல்லை மவனே."

"சைனபாவோட உம்மா சொல்றது பொய்தானே உம்மா?"

"பொய்தான்."

மொய்தீனுக்குத் திருப்தியானது.

அவன் அயல்வாசிகளுடன் பழகுவதற்கான வாய்ப்பைத் தவிர்த்துவிட வேண்டுமென்று ஃபாத்திமா நினைத்துக் கொண்டாள். ஃபாத்திமாவும் மொய்தீனும் அவர்களை விட்டு விலகித்தான் வாழ்ந்துகொண்டிருக்கிறார்கள். சமூகம் அவர்களைத் தனிமைப்படுத்தி விட்டது.

வாப்பாவை நினைத்தபோது ஃபாத்திமாவின் மனம் வேதனைப்பட்டது. மகள் செய்த தவறுக்காக வாப்பா எவ்வளவு கஷ்டங்களை அனுபவித்து விட்டார்! மொய்தீன் பிறந்த பிறகு அவர் ஜும்ஆ தொழுகைக்கும்கூட போவதில்லை. ஏற்கெனவே புண்பட்டிருந்த அவரது மனதைக் கொத்திக் கிழிப்பதற்கு ஆட்கள் தருணம் பார்த்துக் காத்திருந்தார்கள்.

வாப்பா இறந்துபோய்விட்டார். ஃபாத்திமாவும் கைக் குழந்தையும் மட்டும் அந்தக் குடிலில் எஞ்சினார்கள். சீறிப்பாயும் கடல் நடுவே சிறு தீவில் அகப்பட்டதுபோல் அவர்கள் வாழ்ந்துகொண்டிருந்தனர்.

இருபோக விளைச்சல் வருமளவிலான ஐந்து பறை விதைப்பாடுக்கான விவசாய நிலமிருக்கிறது. வாப்பாவின் நம்பிக்கைக்குரிய செறுமன் சாத்தப்பன் மட்டும்தான் அந்தப் பழைய நட்பு வட்டத்தைப் பாதுகாப்பவர். விவசாயம் பார்ப்பவர் சாத்தப்பன்தான். ஆகவே, பட்டினியில்லாமல் வாழ முடிகிறது. ஃபாத்திமாவின் கறுப்பிப் பசுவைக் கவனித்துக்கொள்வதும் கடையிலிருந்து சாமான்கள் வாங்கி வருவதும் சாத்தப்பனின் மகன்.

சாத்தப்பனிடம் பலரும் சொல்லிப் பார்த்தார்கள். அதைக் குத்தகைக்கு எடுத்தால் படிப்படியாகச் சொந்தமாக்கி விடலாமே என்று. ஊரில் வைத்துக்கொள்ள லாயக்கில்லாதவளிடம் கூலிக்காரனாக வேலை பார்க்கலாமா என்றெல்லாம் கேட்டுப் பார்த்தார்கள்.

ஆனால், சாத்தப்பனின் மனம் இடம் கொடுக்கவில்லை. ஒரு தடவை தவறுசெய்து விட்டாள் என்பதற்காக அந்த உம்மச்சிப் பெண்ணை நடுத்தெருவில் விடுவதற்கு அவர் தயாராக இல்லை. போதாக்குறைக்கு, அவரும் மரைக்காயர் மாப்பிளையும் சிறு வயது முதல் ஒன்றாக வளர்ந்தவர்கள்.

சிறு குழந்தையாக இருக்கும்போது ஃபாத்திமாவைத் தூக்கி வளர்த்தவர் சாத்தப்பன். அவர்களுக்குக் கேடுவிளைவிக்கும் எதற்கும் கூட்டு நிற்பதற்கு அவர் தயாராக இல்லை.

"சாத்தப்பனும் அவன் புள்ளைகளும் உயிரோடிருக்குற வரைக்கும், உம்மச்சிப் புள்ளைக்கு ஒண்ணும் வராது..."

ஃபாத்திமாவுக்கும் அந்த நம்பிக்கையிருந்தது.

விவசாயத்தைப் பார்த்துக்கொள்ள சாத்தப்பனும் கடை கண்ணிகளுக்குப் போய்வர துப்ரனுமிருப்பதால் ஃபாத்திமாவுக்கு ஒரு கஷ்டமுமில்லை.

அவதூறுகளையும் அவமானங்களையும் அனுபவித்து மனம் மரத்துப் போயிருந்தது... அவர்களுடன் பேசுவதுகூட அவமானம் என்பதுபோலிருந்தது அயல்வாசிகளின் பாவம். இதைப் புரிந்துகொண்டு விலகிவிடுவதில் ஒன்றும் பிரச்சினை யில்லைதான். வளர்ந்து வரும் மொய்தீனின் பிஞ்சு மனதையும் வேதனைப்படுத்தியே தீருவோம் என்பதாக இருக்கலாம் ஊர்க்காரர்களின் எண்ணம். வேதனையை விடவும் கோபம்தான் அதிகமாக இருந்தது ஃபாத்திமாவுக்கு.

இரவில் திண்ணையில் காவலுக்கு செறுமன் சாத்தப்பன் வருவார். வாப்பா இறந்து ஒரு மாதமாவதற்கு முன் நடந்த ஒரு சம்பவம்தான் இதற்குக் காரணம்.

ஒரு அந்தி மயங்கும் நேரம். பள்ளிவாசல் மோதீனான அசன்குஞ்ஞி, ஃபாத்திமாவின் குடிசைக்கு வந்தார். தடித்துக் குட்டையாக, வட்டத் தாடியும் வழுக்கைத் தலையுமுள்ள நாற்பது வயதுக்காரர். வாப்பா இறந்ததற்கு அனுதாபமும் ஃபாத்திமாவின் வாழ்க்கைக் கஷ்டங்களைக் குறித்த வேதனைகளையும் குறிப்பிட்டு விட்டுப் பேச ஆரம்பித்தார். அவரது பேச்சு ஃபாத்திமாவுக்குப் பிடிக்கவில்லை. உள்ளன்பு இல்லாத வெறும் பாவப்பிரகடனம்... அதில் அனுதாபத்தை விடவும் வேறு ஏதோ ஒன்றுதான் அதிகமாகத் தொனித்தது.

அவர் தனது பேச்சை நிறுத்தும்போது சொன்னார்:

“நேரம் நிறைய ஆயிட்டது பாத்தும்மா. நான் இங்க படுத்துக்கலாம்னு நினைக்கிறேன் ....”

அவர் இந்த அளவுக்குப் போவார் என்று அவள் எதிர்பார்க்கவே இல்லை. நடுக்கத்தை வெளிக்காட்டிக் கொள்ளாமல் சொன்னாள்:

“அதுக்கு வேற எடம் பாருங்க.”

ஒரு இளித்த சிரிப்புடன் அவர் வாசல் பக்கம் நகர்ந்து வருவதைக் கண்ட அவள் முற்றத்தில் இறங்கி நின்று கூப்பிட்டாள்:

“சாத்தப்பா !”

மோதீன் இளிப்பைத் துடைத்துவிட்டு மெல்ல வெளியே வந்தார். சாத்தப்பன் முற்றத்துக்கு வரும்போது மோதீன் நடந்துபோய்க் கொண்டிருப்பதைக் கண்டார். சாத்தப்பனுக்கு விசயம் கிட்டத்தட்ட புரிந்தது.

“நாய்ங்க. சிரிச்சிட்டே போறதைப் பாரேன்.”

சாத்தப்பன் பற்களைக் கடித்தார்.

அதற்குப் பிறகுதான் சாத்தப்பன் திண்ணையில் படுக்க ஆரம்பித்தார். அவர்களுக்கும் நிம்மதி. இடைவழியினூடே நடப்பவர்களின் சீட்டியும் வெறித்த பார்வைகளும் அவளது மங்கிப்போகாத இளமையும் ஆபத்தான ஒரு சூழலை உருவாக்கி வைத்திருந்தது.

ஒரு சோககீதம்போல் அந்த வாழ்க்கை நகர்ந்துகொண்டிருந்தது...

120 எம்.டி. வாசுதேவன் நாயர்

சூன்யமான அந்த வாழ்க்கைக்குக் குளிரூட்டிக் கொண்டிருந்தவன் அந்தச் சுட்டிப் பையன்தான். மொய்தீன் – தினமும் அவர்கள் கடந்து செல்வதை மொய்தீன் பார்க்கிறான். அவனது வயதிலுள்ள பையன்கள் எழுத்துப் பலகையும் துணியில் பொதிந்து கட்டிய முஸஹபுமாகப் போவது ஓதுகிற பள்ளிக்கு என்று உம்மா சொன்ன பிறகுதான் அவனுக்குத் தெரியும்.

பள்ளிவளாகத்தை அடுத்துள்ள தோப்பில் பனையோலை யால் மறைத்துக் கட்டிய சிறு குடிசை இருந்தது. அங்குதான் முல்லாக்கா பையன்களை ஓதுவதற்குப் பயிற்றுவிக்கிறார்.

மதம் குறித்த கல்வி அங்கிருந்துதான் தொடங்குகிறது.

மொய்தீனை ஓதுகிற பள்ளியில் சேர்த்தாக வேண்டுமென்று ஃபாத்திமாவுக்குத் தெரியும். அங்கே நிறைய பையன்கள் இருப்பார் கள். அவர்கள் மொய்தீனிடம் எப்படி நடந்துகொள்வார்கள்? யோசித்துப் பார்க்கும்போது சற்று வேதனையாகவே இருந்தது.

அதற்காக அவன் எதுவுமே தெரிந்துகொள்ளாமல் இருப்பதும் நல்லதல்ல!

மொய்தீனை ஓதுவதற்கு அனுப்புவதாக அவள் முடிவு செய்தாள்.

மொய்தீனுக்கும் விருப்பம்தான். ஓதுவதற்குப் போவது நல்ல விசயம். எழுத்துப் பலகையும் கிதாபுமாக பிள்ளைகளுடன் போவதில் ஒரு இரசனையுண்டு.

ஒருநாள் காலையில் உம்மா அவனுக்கு நல்ல உடுப்புகள் போட்டுவிட்டாள். உப்பாப்பாவின் முஸஹபைப் பொதிந்து கட்டிக்கொடுத்தாள். கழுத்தில் சிறு துண்டைப் போட்டுக் கொடுத்தாள். முதல் நாள் செய்த சீரணி[3]யையும் வேட்டி முடிப்பில் கட்டிய எட்டணா நாணயத்தையும் முல்லாக்காவின் முன் வைக்க வேண்டும். பிறகு ஓதுவதற்கு வந்திருப்பதாகச் சொல்ல வேண்டும். உம்மா சொன்னதை எல்லாம் அவன் கேட்டுக்கொண்டான்.

மொய்தீனைத் தனியாக அனுப்புவதில் ஃபாத்திமாவுக்குத் தயக்கமிருந்தது. செறுமப் பையன் துப்ரனையும் மொய்தீனுடன் அனுப்பி வைப்பதாக அவள் முடிவு செய்தாள்.

“விழுந்துராமப் பாத்துக்க துப்ரா… அவன் கையை நல்லா பிடிச்சுக்க.”

மொய்தீன் பெருமையுடன் துப்ரனின் கையைப் பிடித்துக் கொண்டு நடந்தான். படியைத் தாண்டும்போதுதான் அவனுக்கு எழுத்துப்பலகை நினைவுக்கு வந்தது. அவன் திரும்பி நின்றான்.

---

3. பிரசாதம்

"உம்மா, எழுத்துப் பலகை?"

"அதை நாளைக்குக் கொண்டுபோனா போரும்."

மொய்தீன் நடந்தான். படியைக் கடந்ததும் உம்மா மீண்டும் கூப்பிட்டுச் சொன்னாள்:

"ஆடு, மாடு வருதான்னு பாத்துப் போகணும்..."

மகன் கண்களிலிருந்து மறையும் வரைக்கும் ஃபாத்திமா பார்த்துக்கொண்டே நின்றிருந்தாள். பெரிய தோப்பில் இறங்கியதும் கண்களைத் துடைத்துக்கொண்டாள்.

மத்தியானத்திற்குள் மொய்தீனும் துப்ரனும் திரும்பி வந்து விட்டார்கள். மற்ற பையன்கள் வரவில்லை. உம்மா படிக்கட்டுக்கு இறங்கி வந்து கேட்டாள்:

"என்னாச்சு மவனே?"

மொய்தீனின் முகம் வாடியிருந்தது. வெயில் பட்டுக் கறுத்திருந்த முகத்தில் கண்ணீர்க்கோடுகள் தென்பட்டன. மனச்சஞ்சலத்துடன் கேட்டாள்:

"என்னடா மவனே?"

ஃபாத்திமா அவனை அணைத்துத் தூக்கிக்கொண்டாள்.

"மொல்லாக்கா சொன்னாங்க... எனக்கு ஓதச் சொல்லித் தரவேண்டியது அவுங்க இல்லையாம்."

மொய்தீன் தேம்பியழுதபடி உம்மாவின் தோளில் தலையைச் சாய்த்துக் கொண்டு சொன்னான்:

"எனக்கு ஓத வேணாம் உம்மா."

"வேணாமா?"

"நான் போவ மாட்டேன் உம்மா..."

"வேணாம்..."

"உம்மா மொல்லாக்கா சொல்றாங்க... உன் வாப்பா காஃபிருன்னு."

....

மொய்தீனின் உடலில் சூடான கண்ணீர்த்துளிகள் இற்றுவிழுந்துகொண்டிருந்தன.

எம்.டி. வாசுதேவன் நாயர்

அவதிப்படும் ஆன்மா

தோட்டத்தின் நடுவில்தான் பள்ளிக்கூடம். சில வருடங்களுக்கு முன்பு தொடர்ந்து ஏற்பட்ட இரண்டு வெள்ளப்பெருக்குகளுக்குப் பிறகுதான் தோட்டத்தின் நடுவே அந்த மேட்டுப்பகுதி உருவானது. அதை, வெட்டி அகற்றுவதற்கான செலவை நினைத்து, அதன் உரிமையாளரான முகம்மது ஹாஜி, பத்து தென்னங்கன்றுகளை நட்டு வைத்தார். படிப்படியாக அதனிடையில் ஒரு ஓலைக் குடிசை எழுந்தது. அதுதான் பள்ளிக்கூடம்.

ஒரு தற்காலிகத் தபால் நிலையத்தைத் தவிர, அக்கிராமத்திலுள்ள ஒரேயொரு பொது நிறுவனம் அந்தப் பள்ளிக்கூடம்தான்.

சாயங்காலம் வயல் வரப்பினூடே ஆட்டு மந்தைகள்போல் சிலேட்டும் புத்தகங்களுமாக சிறுவர்கள் நடந்து செல்வதைப் பார்க்க முடியும்.

சிவப்பு வேட்டியும், கோடிட்ட சிறு சட்டையும் அணிந்து, கழுத்தில் பச்சை நிற உறுமால் கட்டி, தோளில் புத்தகப் பையுடன் போகும்போது ஆட்கள் பரஸ்பரம் கேட்பார்கள்:

"அது வந்து... அந்த பாத்தும்மாவோட..." தொடர்ந்து ஒரு முனகல்!

மற்ற பையன்களை விடவும் மொய்தீன் ஆட்களுடைய கவனத்தை ஈர்த்தான். அவன் போகும்போது ஆட்கள் பார்த்துக்கொண்டு நின்று விடுவதுண்டு. பார்ப்பதற்கு அழகாக இருக்கிறான். சட்டையில் அழுக்குப் படிந்திருக்காது. ஊரின் பெரிய பணக்காரரான முகம்மது ஹாஜியின் மகன் ஹலீமும் மொய்தீனின் வகுப்பில்தான் படிக்கிறான். ஆனால், மொய்தீனைப்போல் ஹலீம் நல்ல சட்டை

அணிந்திருக்க மாட்டான். ஹலீமின் உடுப்பில் மாங்காய் கறையும் வாழைக்கறையும் படிந்திருக்கும்.

ஹலீம் உட்பட மாணவர்களின் பொறாமைக்கு மொய்தீன் ஆளாகி இருந்தான்.

"அவன் ஒரு சுஜாயி[1]."

அதுதான் அவர்களுடைய ஆட்சேபம்.

மொய்தீன் சுத்தமான ஆடைகள் அணிந்திருப்பான். மைதீட்டி இருக்கிறானோ என்ற சந்தேகத்தை உருவாக்குகிற கண்கள். ஹலீமைப்போல் மொய்தீனின் தலையில் சிமெண்ட் பூசப்படவில்லை. கரிவளையல்களை அடுக்கி வைத்ததுபோல் சுருண்ட தலைமுடி பார்க்க அழகாக இருக்கும்.

மொய்தீன் பள்ளிக்கூடத்திற்கு வரும்போது அவனுக்கு உடுப்புகள் போட்டுக்கொடுப்பது யாரென்று அறிந்துகொள்ள ஹலீமிற்கு ஆர்வமாக இருந்தது. ஒருவேளை அவனுடைய உம்மாவாக இருக்கலாம். ஆனால், அவன் யாரென்று கேட்கவில்லை.

ஹலீமின் உம்மாவுக்கு அவனைக் குளிக்க வைப்பதற்கு நேரமில்லை. அதெல்லாம் வேலைக்காரிகளின் பணி. எப்போது பார்த்தாலும் ஒரு பெரிய கட்டிலில் பரந்து உட்கார்ந்திருக்கவே உம்மாவுக்கு நேரம் சரியாக இருந்தது. அதிலிருந்து உம்மா அரிதாக இறங்கி மிதியடியின் மீதேறுவது ஒன்று, தொழுவதற்காக இருக்கும் அல்லது வாப்பாவுடன் கொம்பு கோர்ப்பதற்காக இருக்கும்.

ஹலீம், மொய்தீனைப் பொறாமையுடன் பார்த்துக்கொண்டே நிற்பான். நண்பர்களில் யாராவது அவனைப் பார்த்துவிட்டால் மட்டும் ஹலீமிற்குக் கோபமாக வரும்.

"அவன்கிட்ட என்ன இருக்குன்னுடா இப்படிக் கிடந்து பாக்குறீங்க..? அவனோட ஒரு சுஜாயித்தனம்."

நண்பர்கள் ஒப்புக்கொள்வார்கள்.

வகுப்பறையிலுள்ள பெரும்பகுதி மாணவர்கள் ஹலீமின் சொல்படி நிற்பவர்கள்தான்.

ஹலீமின் கிராமஃபோன் ஊசிப்பெட்டிக்குள் காசில்லாமல் இருந்த நாளே கிடையாது. அவன் கடலை வாங்கினால் அவர்களுக்கும் கிடைக்கும்.

"அவன் ஒரு சுஜாயிதானே..."

நண்பர்கள் உடனடியாக ஒப்புக்கொள்வார்கள்.

---

1. முஸ்லிம் அல்லாதவன்

“ஆமா, பொல்லாத சுஜாயி...”

மொய்தீனுக்கு வகுப்பறையில் நண்பர்களென்று யாருமில்லை. அவன் பள்ளிக்கூடத்திற்கு வருவதும் போவதும் தனியாகத்தான். மற்ற பிள்ளைகள் அவனைக் கேலிசெய்வது அவனுடைய காதுகளிலும் விழும். சிலநேரங்களில் கோபமாக வரும். கூடவே உம்மாவின் அறிவுரையும் நினைவுக்கு வந்துவிடும். எல்லாவற்றையும் அவன் அமைதியாகச் சகித்துக்கொண் டிருந்தான்.

முல்லாக்காவின் ஓதுகிற பள்ளியில் அனுமதி மறுக்கப்பட்டதால் படிக்கவேண்டுமென்ற ஆவேசம் அவனுக்குள் உருவானது. முல்லாக்காவின் ஓதுகிற பள்ளிக்கு வெளியிலும் படிப்பு இருக்கிறது என்பது அவனுக்குப் புரிந்தது. தட்டான் வேலுவின் பிள்ளைகளும் கோல்காரன் அப்புண்ணி நாயரின் மகனும் எல்லாம் படிப்பது முல்லாக்காவின் ஓதுகிற பள்ளியில் அல்லவே?

“உம்மா எனக்குப் பள்ளிக்கூடத்துக்குப் போவணும்.”

ஃபாத்திமா யோசித்தாள். சரிதான். ஓதுகிற பள்ளியில் மட்டும்தானா கல்வி இருக்கிறது?

ஒருநாள், வழியில் நடந்துபோய்க்கொண்டிருந்த குஞ்ஞிராமன் சாரை ஃபாத்திமா கூப்பிட்டு நிறுத்தினாள்.

“சார் . . . என் புள்ளை மொய்தீனை இஸ்கூல்ல சேத்துக்குவீங்களா?”

அந்தக் கேள்வி குஞ்ஞிராமன் சாரை கொஞ்சம் அதிர்ச்சி யடைய வைத்தது.

“என்ன வயசாகுது அவனுக்கு?”

“இப்ப ஏழு நடக்குது.”

“அனுப்பிவை உம்மா. கூடவே பாதுகாவலரும் வரணும்.”

ஃபாத்திமா யோசித்தாள்:

“அவனோட பாதுகாவலர் நான்தான். ஆனா, நான் வர முடியாதே... வேற வழியில்லையா சார்?”

“பரவால்லை. நீ அவனை மட்டும் அனுப்பி வை. நான் சேத்துக்குறேன்.”

ஒரு திங்கட்கிழமையன்று துப்ரனுடன் மொய்தீனைப் பள்ளிக்கூடத்திற்கு அனுப்பி வைத்தாள் ஃபாத்திமா.

போகும்போது அவன் உம்மாவிடம் கேட்டான்:

"முஸஹபு எல்லாம் கொண்டுபோக வேணாமா உம்மா?"

"வேணாம். அங்க படிச்சுத் தர்றது வேற."

முற்றத்தில் நின்று மீண்டும் கூப்பிட்டான்:

"உம்மா."

"என்ன மவனே?"

"அங்க மொல்லாக்கா இருப்பாங்களா?"

"இல்லை மவனே, இருக்க மாட்டாங்க."

அப்பாடா! மொய்தீனுக்குத் திருப்தியேற்பட்டது. முஸஹபு வேண்டாம்; சீரணி கொண்டு போகவேண்டாம்; கண்களை உருட்டி, மனதுக்குப் பிடிக்காத வார்த்தைகளைப் பேசும் முல்லாக்கா இல்லை, மொய்தீன் மிகுந்த மகிழ்ச்சியுடன் நடந்தான்.

பள்ளிக்கூடம் ஒரு புதிய உலகம்போல் மொய்தீனுக்குத் தோன்றியது. நிறையப் பிள்ளைகளும் இருந்தார்கள். அவனுடைய வயதிலுள்ளவர்கள். ஆனால், யாருடனும் அவன் நெருங்க வில்லை. இனம் புரியாத பயம். சைனபாவுடன் விளையாடியதற் காக 'ஹறாம் பிறந்த பகையா' என்று கேட்டது அவனது நினைவிற்கு வந்தது.

தன்னைப் பொறாமைக் கண்கள் சூழ்ந்திருப்பதை மொய்தீனும் கவனித்தான். ஆசிரியர் அவனைக் கண்டித்தால் அவர்களது முகம் மலரும். மொய்தீனுக்கு அடி கிடைத்தால் ஹலீமிற்குப் பெரும் மகிழ்ச்சி. ஆனால், ஆசிரியரின் கண்டிப்பும் அடியும் கிடைக்கிற விசயத்தில் ஹலீம்தான் முதலிடம் வகித்தான். ஹலீமின் தலையில் இருப்பது களிமண் என்று ஏற்கெனவே அவர் முடிவு செய்து அறிவித்திருந்தார்.

மொய்தீனுடன் சண்டை போடுவதற்கான வாய்ப்பை ஹலீம் எதிர்பார்த்திருந்தான். அந்த வாய்ப்பு ஒருமுறை அவனுக்குக் கிடைக்கவும் செய்தது. பள்ளிக்கூடத்திலிருந்து வரும் வழியில் மொய்தீனின் வெள்ளைச் சட்டையில் ஹலீம் சேற்றைத் தெறித்தான். மொய்தீனால் அதைத் தாங்கிக்கொள்ள முடிய வில்லை. அவன் புத்தகப் பையைக் கீழே வைத்து, வேட்டியை மடித்துக்கட்டி விட்டு, பலத்தை எல்லாம் திரட்டிக்கொண்டு ஹலீமின் முகத்தில் ஓங்கி அறைந்தான்.

ஹலீம் இதை எதிர்பார்க்கவே இல்லை. ஹாஜியார் முதலாளியின் மகனை இன்றுவரை யாரும் கை நீட்டியதில்லை. நண்பர்களின் முன்னால் ஹலீம் அடி வாங்கியிருக்கிறான். தனது பெருமைக்குக் களங்கம் ஏற்படுத்திய மொய்தீனின் கழுத்தைக் கோபத்துடன் பிடித்தான் ஹலீம்.

இரண்டுபேரும் பெரும் ஆவேசத்துடன் மோதினார்கள். புறத்தோற்றத்தில் ஹலீமிற்குதான் அதிக உடல் வலுவிருந்தது. மொய்தீனை விடவும் இரண்டு வயது பெரியவன். ஹலீமின் நண்பர்கள் உற்சாகத்துடன் அந்தப் போட்டியைக் கண்டு களித்தனர். ஹலீம் உருண்டு வயலில் விழுந்து விட்டான். சேற்றில் மூழ்கிய அவன் வயல் வரப்பினூடே மீன்போல் நுழைந்தேறி வந்து அழுகையை அடக்கிக்கொண்டு சொன்னான்:

“நான் சொல்லிக்கொடுப்பேன், பாத்துக்க.”

மொய்தீன் இதை உம்மாவிடம் சொல்லவில்லை. மறுநாள் வகுப்பு ஆசிரியரின் சார்பாக மொய்தீனுக்கு மூன்று அடிகள் கிடைத்தன. அந்தச் சிறு கையில் இரத்த ரேகைகள்போல் பிரம்புத் தழும்புகள் தெரிந்தன. அதைப் பார்க்கும் போதெல்லாம் அவனுக்குக் கோபம் கொப்பளித்தது.

பையன்கள் கேலி செய்யும்போது பதிலுக்கு மொய்தீனும் கேலி செய்வான். அடிக்க வந்தால், ஒரு கை பார்த்து விடுவோமா என்பதுபோல் அந்தக் குட்டிப் போக்கிரியும் உறுதியாக நின்றான்.

மொய்தீன், ஹலீமையும் சும்மா விடவில்லை. மொய்தீனை சுஜாயி என்று சொன்னால் ஹலீமை அவன் ‘வஞ்சிப்போத்தன்’ என்று திருப்பிச் சொல்வான். நீண்ட தலையும் பெருத்த உடலுமுள்ள ஹலீமிற்கு அந்தப் பெயரைக் கேட்கும் போது மனம் நீறிப்புகையும்.

மொய்தீனை இன்னும் அழுத்தமாகக் கேலி செய்வது எப்படியென்று யோசித்துத் தலையைக் குழப்பிக்கொண்ட ஹலீமிற்கு ஒரு புதிய தகவல் கிடைத்தது. அதை அவன் நண்பர்களிடையே வேகவேகமாக விளம்பரம் செய்தான். எல்லோருக்கும் அது பிடித்துமிருந்தது. மொய்தீனுக்கு வாப்பா கிடையாது.

மொய்தீனின் முன்னால் வீரத்துடன் நின்று அந்தத் தகவலைச் சொல்லியே ஆகவேண்டும். அதற்கான வாய்ப்பை அவன் எதிர்பார்த்திருந்தான்.

சாயங்காலம் பேசிப்பேசி மொய்தீனுக்கும் ஹலீமிற்கும் தகராறு வந்தது. மொய்தீன் அடிக்கத் தயாரானான். ஏற்கெனவே அடி வாங்கிய நபர் வெட்கமில்லாமல் மீண்டும் சண்டைக்கு வருகிறான்.

அப்போதுதான் ஹலீம் சொன்னான்:

“உன்னை நான் அடிக்க மாட்டேன்.”

“உனக்கு அதுக்குத் தைரியம் போராது.”

"வாப்பா இல்லாத ஹமுக்கை² நான் அடிக்க மாட்டேன். அதான். இல்லையாடா பாக்கரு?"

பாக்கரும் ஒப்புக்கொண்டான்.

"சுஜாயி பயலுக்கு வாப்பா கிடையாது..."

இதைப் பலரும் ஒப்புக்கொண்டனர்.

"சுஜாயி பயலுக்கு வாப்பா கிடையாது..."

"சுஜாயி பயலுக்கு வாப்பா கிடையாது..."

மொய்தீனின் உதடுகள் நடுங்கின. என்ன பதில் சொல்வது என்று தெரியாமல் அவனுக்கு வேர்த்து விட்டது. சுற்றிலும் பையன்கள் கூடி நின்றிருந்தனர் பரிகாசம் ததும்பி வழியும் அம்முகங்களை அவன் மீண்டும் மீண்டும் பார்த்தான். கோபத்தில் சிவந்திருந்த அவனது கண்கள் மங்கின. இற்று விழுந்த கண்ணீர்த் துளிகளைத் துடைத்தபடியே அவன் முன்னால் நகர்ந்தான். பின்னால் நின்றிருந்த பையன்கள் கூக்குரல் எழுப்பினார்கள்.

மொய்தீன் நடந்தான்.

வழியில்வைத்து, அவனுடனிருந்த மாறுகண்ணன் பரமேஸ்வரன் பரிவுடன் கேட்டான்:

"உனக்கு வாப்பா கிடையாதா மொய்தீனெ?"

"இல்லை."

"இறந்துட்டாங்களா?"

"இ... இல்லை..."

"பின்னெ, எங்க இருக்காங்க?"

"வீட்டுல இல்லை. எங்கேன்னு தெரியாது."

"நீ பாத்ததே இல்லையா?"

"இல்லை."

அழுது வீங்கிய கண்களும் சிவந்த முகமுமாக மொய்தீன் குடிலுக்கு வந்து சேர்ந்தான்.

உம்மாவைப் பார்த்ததும் வாய்விட்டு அழத்தோன்றியது. ஃபாத்திமா அவனைக் கட்டியணைத்தபடி கேட்டாள்:

"ரப்பே³... என் பொன்னு மவனுக்கு என்னாச்சு?"

கண்ணீர் புரண்ட அவனது கன்னத்தில் முத்தமிட்டபடி ஃபாத்திமா சொன்னாள்:

2. ஹமுக்கு: முட்டாள்
3. இறைவா

"என்ன நடந்துச்சுன்னு உம்மாட்ட சொல்லு மவனே."

"உம்மா, பையனுங்க..."

"பையனுங்க என்ன பண்ணாங்க?"

மொய்தீன் எதுவும் சொல்லாமல் பதிலுக்கு இன்னொரு கேள்வி கேட்டான்:

"உம்மா, எனக்கு வாப்பா கிடையாதா உம்மா?"

....

"சொல்லுங்க உம்மா"

"இ...ருக்காங்க."

"எங்க இருக்காங்க?"

"கொஞ்ச தூரத்துல."

"வரமாட்டாங்களா உம்மா?"

"வ...ருவாங்க."

மனதுக்கு எவ்வளவு ஆறுதலாக இருக்கிறது. வாப்பா இருக்கிறார். அவனுக்கும் வாப்பா இருக்கிறார். அவர் வருவார். உறுதிசெய்துகொள்வதற்காக அவன் இன்னொரு தடவை கேட்டான்:

"வாப்பா வரமாட்டாங்களா உம்மா?"

"வ...ருவாங்க."

தழுதழுத்த தொண்டைக்குள்ளிருந்து அந்த இரண்டு சொற்களும் தடுமாறி வெளிப்பட்டன.

ஹலீமும் பையன்களும் பொய் சொல்லியிருக்கிறார்கள். அவனுக்கும் வாப்பா உண்டு.

மறுநாள் பள்ளிக்கூடத்திற்குப் புறப்பட்ட மொய்தீனின் பாக்கெட்டில், ஃபாத்திமா சிவந்த முத்துச் சிப்பிகளைப் போட்டுக் கொடுத்தாள்.

மொய்தீன் கேட்டான்:

"ஹலீம்கிட்ட நான் சொல்லிடட்டுமா உம்மா?"

"எதை?"

"வாப்பா வருவாங்கன்னு?"

"என் மவன் யாருட்டயும் பேச வேணாம். உம்மாவோட செல்லப் புள்ளையில்லையா? யாருட்டயும் நீ பேச வேணாம்... பேசுவியா?"

நள்ளிரவும் பகல் வெளிச்சமும்   129

"இல்லை உம்மா."

அதற்குப் பிறகு அவன் பையன்கள் சொல்கிற எதற்கும் காது கொடுப்பதில்லை. காதில் விழுந்தாலும் பதில் சொல்வதில்லை. அவனுக்கு முழு நம்பிக்கையிருந்தது. அவனுக்கு வாப்பா உண்டு. அவர் வரவும் செய்வார். ஹலீமும் கூட்டாளிகளும் என்ன வேண்டுமானாலும் சொல்லட்டும்.

பள்ளிக்கூடம் விட்டு வரும்போது, கண்ணுக்கெட்டாத தொலைவு வரைக்கும் பரந்து விரிந்து கிடக்கும் நெல் வயல்களுக்கு அப்பால், இரும்பு ஆற்றுப் பாலத்தின்மீது ஒரு பெரிய புகைவண்டி, புகை துப்பியபடி தடதடவென செல்லும். ஜன்னல்களினூடே வெளுத்த பயணிகள் தெரிவார்கள். அந்தப் புகைவண்டி எங்கோ தொலைவிலுள்ள ஊரிலிருந்து வருமாக இருக்கலாம். தினமும் எவ்வளவு பேர் அதில் வருகிறார்கள்? ஒருநாள் அவனுடைய வாப்பாவும் அதில் வந்தே தீருவார்.

வாப்பா இப்போது தங்கியிருக்கும் ஊரைப்பற்றி அவன் நினைத்துப் பார்ப்பதுண்டு. அங்கும் ஆறும், கட்டுமரமும், பள்ளிக்கூடமும் இருக்குமா?

இரவில் புகைவண்டியின் கூக்குரல் கேட்கும்போது அவன் உம்மாவிடம் கேட்பான்:

"இந்த வண்டி எங்கே இருந்து வருதும்மா?"

"மதராசியில இருந்து."

"மதராசி எங்க இருக்கும்மா?"

"கிழக்கே, ரொம்ப தூரத்துல இருக்கு."

"பாலத்தறை சந்தைக்கும் கிழக்காவா?"

"அங்கே இருந்தும் ரொம்ப தூரம் போவணும்."

"வாப்பா, அங்கயா இருக்காங்க?"

பதில் இல்லை.

"அப்படியா உம்மா?"

உம்மா தலையாட்டுவாள். இல்லையென்றோ ஆமா என்றோ எடுத்துக் கொள்ளலாம்.

"அங்க இருந்தும் போவணுமா?"

"உம்."

வாப்பா இருக்கும் ஊரைப் பற்றியும் வாப்பா வருவதைப் பற்றியும் பேசுவதில் மொய்தீனுக்குப் பெரும் ஆர்வம். ஆனால்,

அதைப் பற்றி ஏதாவது கேட்டால் உம்மா காட்டும் கவனமின்மை அவனுக்குப் பிடிக்கவில்லை.

நாட்கள் கடந்துபோய்க்கொண்டிருந்தன. வாப்பா வரவில்லை. ஏனென்று கேட்டால் உம்மா சொல்வாளோ என்னமோ? ஒருவேளை உம்மாவுக்கும் சரியாகத் தெரியாமலிருக்கலாம். வாப்பா சொன்னால்தானே உம்மாவுக்குத் தெரியும்.

ஆட்களுடன் பாலத்தைக் கடந்துவரும் அந்தப் பெரிய புகைவண்டியில் ஒருநாள் வாப்பாவும் இருப்பார். பாலத்தின் அடுத்து இறங்கினால்தான் வீட்டுக்கு வர எளிதாக இருக்கும். ஆற்றின் மறுகரை வழியாகக் குட்டத்துறைக்கு வந்தால் கடத்து வஞ்சி[4] கிடைக்கும்.

குட்டத்துறையிலிருந்து வீரான்குட்டி துடுப்புப் போட்டு ஓட்டி வரும் கடத்து வஞ்சி கரைசேரும்போது கெஸ்ஸுப்பாட்டின் இசையும் காற்றில் தவழ்ந்து வரும்.

‘பொன்னாரப் பூங்குலையே மறந்ததேனோ?

வானம் பார்த்து மல்லாந்து வீழும்

மீன் துடிக்கும் கண்ணில் கொஞ்சம்

காணாதது ஏனோ கருணை சுவர்ந்து…

மொய்தீன் காதுகூர்வான். பிறகு நினைத்துக்கொள்வான்:

“ஒரு வஞ்சி வருது.”

இரவின் அமைதியில் அவன் கண் விழித்துப் படுத்திருந்தபடி கவனிப்பான். வெளியே சருகுகள் அசைந்தால் தோன்றும்:

“யாரோ வர்றாங்க…”

மதராசியிலிருந்து ஆட்களை ஏற்றிவரும் வண்டி தினமும் கடந்துபோய்க்கொண்டுதானிருந்தது.

எதிர்பார்ப்புகளினூடே நாட்கள் நகர்ந்துகொண்டிருந்தன. பள்ளிக்கூடத்தில் வைத்து ஒருநாள் நாராயணனின் அப்பா வந்திருப்பதாக அறிந்தான். அவர் கொழும்புவில் இருந்தாராம். வரும்போது பத்தாயம்போன்ற பெட்டி நிறைய சாதனங்கள் இருந்ததாம். அவன் பட்டுக்குப்பாயமும் திருகினால் முனை வெளியே வரும் பென்சிலும் உறைபோட்ட பந்தும் அத்தர் குப்பியும் கொடுத்தான்.

கொழும்பு, மதராசை விடவும் தொலைவில் இருப்பதாக நாராயணன் சொன்னான். ஏழு இரவுகளும் ஏழு பகல்களும் கப்பலில் இருக்க வேண்டுமாம். உண்மையோ பொய்யோ?

---

4. பரிசல்

மொய்தீனின் வாப்பா வரும்போதும் பெட்டி கொண்டு வராமலிருக்க மாட்டார். பத்தாயம்போன்ற பெரிய பெட்டி கொழும்பில் மட்டுமல்ல, எல்லாப் பெரிய ஊர்களிலும் கிடைக்கும். பட்டுக்குப்பாயம் அழகாக இருக்குமோ என்னமோ? பச்சைக் குப்பாயமாக இருந்தால் இன்னும் நல்லது.

அப்போதுதான் மொய்தீனைச் சங்கடத்தில் ஆழ்த்திய மற்றொரு பிரச்சினை தலைதூக்கியது. அதைச் சொன்னவன் அவனது வகுப்பில் படிக்கும் மானுப்பா. மானுப்பாவை மொய்தீனுக்குப் பிடிக்கும். அவன் ஹலீமைப்போல் 'ஹமுக்கு' அல்ல. மிகவும் இரகசியமாகவே மானுப்பா அதைக் கேட்டான். "மொய்தீனே, நான் ஒரு விசயம் கேட்டால் நீ உண்மையைச் சொல்வியா?"

"என்ன விசயம்?"

"உண்மையைச் சொல்வீன்னாதான் கேப்பேன்."

"உம்மா மேல ஆணையா, உண்மையைச் சொல்வேன்."

"பின்னெ... உன்னோட வாப்பா காஃபிரா?"

உண்மை என்னவென்று அவனுக்குத் தெரியாது.

"நஃபீசக்கா சொன்னா. நீ காஃபிருக்குப் பிறந்தவனாம்."

மொய்தீன் வருத்தத்தில் ஆழ்ந்தான். அவனுடைய உம்மா இஸ்லாமானவள். அவனும் இஸ்லாமானவன்தான். பிறகெப்படி அவன் காஃபிராக முடியும்?

சந்தேகத்தைத் தீர்த்துக்கொள்வதற்கு அவன் உம்மாவையே அணுகினான்.

"உம்மா... நான் ஒண்ணு கேட்டா, கோவப்படுவீங்களா?"

"மாட்டேன்."

ஒவ்வொரு முறையும் மொய்தீன் சந்தேகங்களுடன் வரும்போது ஃபாத்திமாவின் நெஞ்சுத் துடிப்பு அதிகரிக்கும்.

"உம்மா உண்மையைச் சொல்லணும்."

"என்ன வேணும் என் புள்ளைக்கு?"

"என்னோட வாப்பா காஃபிரா உம்மா?"

ஃபாத்திமாவிற்குக் கோபமும் அதைவிட வருத்தமும் உருவானது.

"உன்கிட்ட யாருடா இதையெல்லாம் கேக்குறா? நீ போயி கஞ்சி குடி."

மொய்தீனுக்குத் திருப்தியாக இல்லை.

"நீ போயி ஏதாவது சாப்பிடு. அதுதான் நல்லது."

மொய்தீன் அடுக்களைக்குச் சென்றதும் ஃபாத்திமா நிரம்பிய கண்களைத் துடைத்துக்கொண்டு நெஞ்சில் கை வைத்துச் சொன்னாள்:

"என்னைப் படைச்ச அல்லா, ஏன் இப்படியெல்லாம் சோதிக்கிறே?"

ஐந்தாம் வகுப்பு முடிந்ததும் மொய்தீன் தொடர்ந்து படிப்பதாக முடிவு செய்தான். நான்கு மைல் தொலைவில் ஒரு ஹையர் எலிமென்டரி ஸ்கூல் இருந்தது. தினமும் எட்டு மைல் நடக்க வேண்டும். மொய்தீன் அதற்குத் தயாராகவே இருந்தான்.

"உன்னால அவ்வளவு தூரம் நடக்க முடியுமா?"

"அதெல்லாம் முடியும் உம்மா."

o o o

வருடங்கள் கடந்துபோனது. மொய்தீனின் நடவடிக்கையில் சில மாற்றங்கள் தென்பட்டன. ஃபாத்திமா அதையெல்லாம் கவனித்துக்கொண்டுதான் இருந்தாள்.

காலையில் எழுந்து பாடங்களைப் படிப்பான். எட்டு மணிக்குப் பள்ளிக்கூடத்திற்குப் புறப்படுவான். ஆறு மணிக்குத் திரும்பி வருவான். இருட்டுவது வரைக்கும் ஆற்றங்கரையிலோ வேறெங்காவதோ தனிமையில் உட்கார்ந்திருப்பான். உம்மாவிடம் சொல்வதற்கு அவனுக்கு மிகக்குறைவான விசயங்கள்தான் இருந்தன. அவனுடைய சந்தேகங்கள் குறைந்து வருகின்றன. அவன் வயதுக்கு மீறிய பக்குவத்துடன் வளர்ந்துகொண் டிருப்பதாக அவளுக்குத் தோன்றியது.

வகுப்பறைக்குள் அவன் கண்களைத் திறந்தபடி கனவு காண்பதாகச் சொன்னார் ஆசிரியர். சில நேரங்களில் கேள்விகள் ஏதேனும் கேட்டால் பேந்தப்பேந்த முழிப்பான். சார், என்ன கேட்டார்? தெரியாது. ஆனால், பரீட்சையில் மட்டும் பாசாகி விடுவான்.

மொய்தீன் எட்டாம் வகுப்பில் படிக்கும்போது ஒரு புதிய ஆசிரியர் வந்தார் – வாசவன் சார்.

வாசவன் சாருக்குச் சின்ன வயதுதான். இருபத்தி இரண்டோ, இருபத்தி மூன்றோ வயதுதான் இருக்கும். புது நிறத்தில், நீண்டு மெலிந்த ஒரு இளைஞன். தேஜசுள்ள கண்களும் அதிகம் கறுக்காத சிறு அரும்பு மீசையும் அவனது முகத்திற்கு வசீகரம் கூட்டியது.

நள்ளிரவும் பகல் வெளிச்சமும்

சில நாட்களிலேயே சார் ஒரு அதிசயமான மனிதர் என்று மாணவர்களிடையே பேச்சு எழுந்தது. கிடைக்கிற நேரத்தில் ஏதாவது புத்தகங்கள் வாசித்துக்கொண்டிருப்பான். முகத்தில் எப்போது பார்த்தாலும் சோகக்களையுடன் கூடிய ஒரு புன்னகை இருக்கும். அவன் வாய்விட்டுச் சிரிப்பதை அதிகம் யாரும் பார்த்ததில்லை. அதனிடையே, சார் ஒரு எழுத்தாளர் என்று யாரோ சொல்லி அறிந்துகொண்டார்கள்.

வாசவன் யாருடனும் அதிகம் பேசுவதில்லை. நேரம் கிடைக்கும் போதெல்லாம் மொய்தீன், வாசவனின் அருகில் போய் விடுவான். அவன் பேசுவதை எல்லாம் கேட்டுக்கொண்டிருப்பது மொய்தீனுக்கு மிகவும் பிடிக்கும்.

மொய்தீனின் சகமாணவர்கள் சொல்வதுண்டு:

"ரெண்டும் நல்ல ஜோடிப் பொருத்தம்."

வாசவன் ஒரு முறை மொய்தீனிடம் கேட்டான்:

"மொய்தீன், புத்தகம் வாசிப்பியா?"

"வகுப்புப் பாடங்கள் வாசிப்பேன் சார்."

"அதைத் தவிர?"

"எதுவும் வாசிச்சதில்லை சார்."

"வாசிக்கணும்."

வாசவன் ஒரு சிறு புத்தகம் கொடுத்தான். மொய்தீன் வீட்டுக்கு வந்தான். அதை ஆர்வத்துடன் வாசிக்க ஆரம்பித்தான். இரவில் மெத்தைப்பாயில், சிம்னி விளக்கின் அருகில் உட்கார்ந்து, சூழல்களை மறந்த அவன், கதை உலகில் கரைந்து போனான்.

உம்மா கூப்பிட்டுக் கேட்டாள்:

"தூங்க வேணாமாடா உனக்கு?"

"தூங்கணும்."

"என்னடா வாசிக்கிறே?"

"புத்தகம்."

நள்ளிரவு கழிந்தபிறகுதான் புத்தகம் தீர்ந்தது. அதற்குள் சிம்னி விளக்கின் எண்ணெயும் வற்றியிருந்தது. விளக்கை ஊதி அணைத்துவிட்டு அவன் பாயில் மல்லாந்து படுத்தான்.

தூக்கம் வரவில்லை.

சொஹ்ராவும் மஜீதும் மஜீதின் வாப்பாவுமெல்லாம் கண்முன் நின்றனர். பாவப்பட்ட மஜீத். நினைத்தபோது வருத்தமாக

எம்.டி. வாசுதேவன் நாயர்

இருந்தது. மரக்காலுடன் திரும்பி வருகிற, பிச்சைக்காரனான மஜீதின் உருவம் நினைவை விட்டு அகல மறுத்தது.

சொஹ்ராவும் மஜீதும் சிறுவயதில் கனவுகண்டதுபோல் ராஜகுமாரனும் ராஜகுமாரியுமாக வாழ முடியவில்லை. இதற்கு யார் பொறுப்பு? படைத்தவனா? மனிதர்கள் நிம்மதியாக வாழ்வது படைத்தவனுக்குப் பிடிக்காதா?

புத்தகத்தைத் திருப்பிக்கொடுக்கும்போது வாசவன் கேட்டான்:

"வாசிச்சியா?"

"ஆமா, சார்."

"எப்படியிருக்கு?"

மொய்தீன் பதில் சொல்லவில்லை. அதை எழுதியவரைப் பற்றிச் சொன்னான் வாசவன்.

எட்டாம் வகுப்புப் பரீட்சையில் வெற்றி பெற்றான் மொய்தீன்.

தொடர்ந்து படிக்க வேண்டுமென்ற விருப்பமிருந்தது. ஆனால், அருகாமையில் எங்கும் ஹைஸ்கூல் இல்லை. ஏழு மைல் தூரத்திலிருந்தது. நடந்துபோய்ப் படிக்க இயலாது. அங்கேயே தங்கிப் படிக்கப் பணமில்லை. சான்றிதழுடன் வீட்டுக்குப் புறப்படுகிற அன்று வாசவனிடம் விடைபெறச் சென்றான்.

"மேல, படிக்கப்போறியா, எப்படி?"

"இல்லை சார்."

"முடிஞ்சா படிக்கணும் மொய்தீன். வாப்பாகிட்ட சொல்லிப்பாரு."

மொய்தீன் பதில் சொல்லவில்லை. வாசவன் மீண்டும் கேட்டான்:

"உன் வீட்டுல யாரெல்லாம் இருக்காங்க?"

"உம்மா இருக்காங்க."

"வாப்பா?"

"இல்லை சார்."

சார் சொன்னார்:

"படிக்க முடியலேன்னாலும் நாம இனியும் சந்திக்கணும் மொய்தீன்."

"நான் வருவேன் சார்."

நள்ளிரவும் பகல் வெளிச்சமும்

மொய்தீன் வீட்டுக்குத் திரும்பினான்.

கோவிலின் அருகிலுள்ள ஓலை வேய்ந்த சிறு குடிசையில்தான் வாசவன் தங்கியிருந்தான். சமையலும் சாப்பாடும் அவனே பார்த்துக்கொள்வான். தனிமை வாழ்க்கை. அயல்வாசிகள் அவனுடன் அறிமுகமாக முயற்சி செய்தனர். ஆனால், நடக்க வில்லை. வாசவனுக்கு மிகவும் பிடித்தமான நண்பர்கள் புத்தகங்கள்தான். எரிகிற மதிய வெயிலில் கோயிலின் ஒரு ஓரத்திலுள்ள மரத்திண்டில் உட்கார்ந்து வாசித்துக்கொண் டிருப்பான். வெயில் மங்கியதும் இறங்கி வயல் வரப்புகளினூடே நடப்பான்.

ஒரு வெள்ளிக்கிழமை. வாசவனின் வீட்டுக்குச் சென்றான் மொய்தீன். சாயங்காலம் பள்ளிக்கூடம் விட்டுவந்து ஒரு புல் பாயில் குப்புறப்படுத்தபடி எதுவோ எழுதிக்கொண்டிருந்தான் வாசவன்.

“உட்காரு மொய்தீன்.”

மொய்தீன் திண்ணையில் உட்கார்ந்தான். வாசவன் பேனாவை மூடி வைத்துவிட்டு அவனெதிரில் உட்கார்ந்தான்.

“சார் என்ன எழுதிட்டிருக்கீங்க?”

“ஒரு கதை...”

சொல்லி விட்டு வாசவன் சிரித்தான்.

“யாரோட கதை சார்?”

“மனுசங்களோட கதை. நம்மைப்போல மனுசங்க இருக்காங்கதானே, அவங்களோட கதை”

வாசவன் நிறையப் பேசினான். மொய்தீன் எல்லாவற்றையும் கவனமாகக் கேட்டுக்கொண்டிருந்தான்.

கதை எழுதுவதைப் பற்றி அவன் அதிகம் எதுவும் கேட்டுவிடக் கூடாதென்பதற்காக வாசவன் கேட்டான்:

“இன்னைக்கு வெள்ளிக்கிழமை இல்லையா, மொய்தீன்?”

“நான் பள்ளிவாசலுக்குப் போனதில்லை சார்.”

“போனதே இல்லையா?”

இல்லை என்பதுபோல் மொய்தீன் தலையசைத்து விட்டு, சிறு கேலியுடன் சொன்னான்:

“படச்சவனுக்கு நாங்கல்லாம் வேணாம் சார்.”

வாசவனுக்கு வியப்பாக இருந்தது. பதினாறு வயதுச் சிறுவன் இதைச் சொல்கிறான்.

“மொய்தீன் கித்தாப் ஓதினது இல்லையா?”

“ஓதப்போனேன் சார். மொல்லாக்கா ஓதுற பள்ளியில ஏறவிடலை.”

பிறகு, ஒன்பது வருடங்களுக்கு முன்பு நிகழ்ந்ததை மொய்தீன் சொன்னான். முன்னால் வைத்த சீரணியை முல்லாக்கா தட்டியெறிந்தது, வெளியே போகச் சொன்னது, கடந்த காலத்தின் ஏடுகளில் பதிந்து கிடக்கும், அழியாத வேதனைகளின் கதைகள்.

நினைவுகளில் ஆழ்ந்திறங்கிய மொய்தீனுக்கு மூச்சடைத்தது. அவனது சிறு மனதிற்குள் கொடுங்காற்று வீசுவதுபோலிருந்தது.

“சார், எல்லாரும் எளக்காரமாகவே என்னைப் பாக்குறாங்க.”

மொய்தீனின் குரல் வேதனையில் தளுதளுத்தது.

“எல்லாரும்னா?”

“ஊர்ல உள்ள எல்லாரும்.... எல்லாத்தையும் நான் கவனிச்சுட்டுத்தான் இருக்கேன் சார்.”

வாசவன் அவனை வியப்புடன் பார்த்தான். அவனைப் பற்றி மேலும் அறிந்துகொள்ளத் தோன்றியது. ஆனால், கேட்கவில்லை. ஒருவேளை அது அவனை மேலும் வேதனைப்படுத்துவதாக அமைந்து விடுமோ என்று யோசித்தான்.

சார் பெட்டியிலிருந்து புத்தகங்களைத் தேர்வு செய்து எடுத்தார். ‘ஓடையில் இருந்து’ம், ‘ஜன்மதின’மும், அதை வாங்கிக்கொண்டு போகும்போது மொய்தீன் சொன்னான்:

“சார், நான் அடிக்கடி வருவேன்.”

“கண்டிப்பா வரணும்.”

“எனக்கு நண்பர்கள்னு யாருமில்லை.”

வாசவனுக்கு ஏற்கெனவே இது தெரியும். வகுப்பறையில் மற்ற மாணவர்களை விட்டு விலகி, சிந்தனையில் மூழ்கியிருக்கும் மொய்தீன் அவனது கவனத்தை ஈர்த்ததற்கான காரணமும் அதுதான்.

மொய்தீன் படியிறங்கியதும் வாசவன் யோசனையில் ஆழ்ந்தான். வேதனையில் மூழ்கிய ஒரு மானுட ஆன்மா. சமூகத்தின், மதத்தின் அழுத்தங்களைத் தாங்கி வளர்ந்துகொண்டிருக்கிறது.

மாண்ட கனவுகளும் மாயாத வேதனைகளும்

நான்கு வருடங்களுக்குப் பிறகு வாசவனைச் சந்திப்பதற்காக வந்திருக்கிறான் மொய்தீன்.

இருபதுக்கும் அதிகமான மைல் தொலைவிலுள்ள ஒரு ஹைஸ்கூலில் வாசவனுக்கு வேலை கிடைத்தது. கிராமத்திலிருந்து போவதற்கு முதல் நாள் மொய்தீன் வாசவனைப் போய்ப் பார்த்தான். சாருக்குப் புதிய வேலை கிடைத்ததில் மொய்தீனுக்குப் பெரும் மகிழ்ச்சி. கூடவே, சுட்டெரிக்கும் மணற்காட்டில் கிடைத்த நிழலை இழக்க நேர்ந்த வருத்தமும்.

வாசவன் முன்புபோல் ஒரு சிறு வீட்டில்தான் தங்கியிருந்தான். வீட்டு வேலைகளுக்கென ஒரு பையனுமிருந்தான்.

தன் எதிரில் உட்கார்ந்திருக்கும் அந்த இளைஞனை வாசவன் பார்த்தான். நான்கு வருடங்களில் வளர்ந்து இளைஞனாக மாறியிருந்தான் மொய்தீன். நீண்டு சடைத்த உடல். யோசனையிலாழ்ந்த கண்கள், மயிரடர்ந்த முகம்.

வாசவன் சொன்னான்:

"மொய்தீன் வளந்துட்டே."

"உடல் மட்டும்தான் சார் வளந்திருக்கு." மொய்தீனின் பதிலைக் கேட்டதும் வாசவன் மெல்ல சிரித்துக்கொண்டான்.

எம்.டி. வாசுதேவன் நாயர்

“நாப்பத்தாறு, ஏப்ரல்ல பாத்தது. நாலு வருசம் கழிஞ்சிடுச்சு. மொய்தீன் ஏன் இடையில வரலை?”

“வரணும்னுதான் சார் நினைப்பேன்... ஒத்து வரலை... இப்ப வராமலிருக்க முடியாதுன்னு தோணிச்சு.”

வேலைக்காரப் பையன் இரண்டு தம்ளர்களில் சாயா கொண்டு வந்தான். ஆவி பறக்கும் சாயாவை உறிஞ்சிக் குடிப்பதனிடையே மொய்தீன் சொன்னான்:

“சார் இங்க வர்றது வரைக்கும் வாசிக்க வேண்டிய புத்தகங்களைச் சொல்லித் தர்றதுக்கு ஆளிருந்தது.”

“இப்ப... வாசிக்கிறதை எல்லாம் நிறுத்திட்டியா?”

“இல்லை சார். அது மட்டும்தான் இப்பக் கொஞ்சம் ஆறுதலா இருக்கு.”

புத்தகங்கள் கிடைப்பதற்கான சிரமங்களைப் பற்றிச் சொன்னான் மொய்தீன். ஆறு மைல் தொலைவில் ஒரு பெரிய வாசிப்புச் சாலை இருக்கிறது. ஒரு புத்தகம் கிடைக்க பன்னிரெண்டு மைல் தூரம் நடக்க வேண்டும்.

“வாழ்க்கை வெறுமையாக இருக்கு சார். ஏண்டா பொறந்தோம்னு இருக்கு.”

“அதெல்லாமே வெறும் தோணல்கள்தான் மொய்தீன். என்னுடைய சூழ்நிலைல நீ இருந்தேன்னா தற்கொலையே பண்ணிக்குவே போலிருக்கே?”

“சாருக்கு என்னைத் தெரியாது. வெறும் சூனியம் சார் நான்.”

“எனக்கு அப்படித் தோணலை.”

“அதுதான் சார் உண்மை.”

“நான் கேக்குறனே... மொய்தீனுக்கு உம்மா இல்லையா?”

“இருக்காங்க.”

“அவங்களைக் காப்பாத்த வேண்டியது உன்னோட பொறுப்பில்லையா?”

“ஆமா.”

“அப்ப, மொய்தீனுக்கும் சிலது செய்ய வேண்டியதிருக்கு. நோக்கம்னு ஒண்ணிருந்தா வாழ்க்கை சூனியமாத் தோணாது.”

“அதனாலதான் சார் இன்னமும் உயிரோட இருக்கேன். உம்மாவை நினைச்சு. இல்லேன்னா, இப்படி வேதனையைத் தின்னுத் தின்னு எவ்வளவு நாள்தான் வாழ முடியும்?”

அந்தக் கேள்வியில் வேதனையில் உழலும் ஒரு இதயத்தின் துடிப்புகளை உணரமுடிந்தது.

வாசவன் கொஞ்சம் யோசித்துவிட்டுச் சொன்னான்:

"மொய்தீன், வேதனைகளை அனுபவிக்காத மனுசனே கிடையாது. மனுசங்க வேதனைப்படுறதைப் பாக்குறதுக்குக் கடவுள் விரும்பறாரா இருக்கும்."

"எனக்கு அதுல நம்பிக்கையில்லை."

மொய்தீன் ஒருவித வெறுப்புடன் சொன்னான்.

"எதுல?"

"மனுசங்களோட வேதனைக்கும் கடவுளுக்கும் எந்தத் தொடர்பும் கிடையாது. இதுக்கான பொறுப்பு முழுவதுமே மனுசங்களோடதுதான். மனுசனுக்கு, தான்செய்த தவறுகளோட சுமையை இறக்கி வைக்கிறதுக்கான ஒரு சுமைதாங்கிதான் கடவுள்."

வாசவனின் கண்கள் விரிந்தன. அவன் வியப்புடன் மொய்தீனைப் பார்த்தான். அந்தக் குரலில் ஆழமும் கனமுமிருந்தன.

"இப்படியே வாழ்ந்துட்டிருக்குறதுல என்ன சார் அர்த்தமிருக்கு சொல்லுங்க?"

"எப்படி?"

மொய்தீன் ஒருநிமிடம் அமைதியாக இருந்துவிட்டுக் கேட்டான்:

"என்னோட வாழ்க்கையைப் பற்றி சாருக்கு ஏதாவது தெரியுமா?"

"முழுசாத் தெரியாது."

"சொல்றேன் சார். சமூகமும் மதமும் ஏன், தனி மனுசனும் சேந்து ஒருத்தனை ஒதுக்கி வெச்சா – கொஞ்சம் யோசிச்சுப் பாருங்க. சரியாச் சொல்றதா இருந்தா, நான் பாலைவன நடுவில வாழ்ந்திட்டிருக்கேன். ஒரு சிறு நிழல்தாங்கல் என் உம்மா மட்டும்தான்."

எல்லையற்ற பெருவெளியில் வெள்ளி மேகங்கள் ஒன்றன்பின் ஒன்றாக நகர்வதை ஜன்னல் வழியே பார்த்தபடி உட்கார்ந்திருந்தான் வாசவன்.

"நான் சொல்றது கேக்குதா சார்?"

"கேக்குது."

தொடர்ந்து இரண்டுபேரும் மவுனத்தில் உறைந்தனர். சிந்தனையில் ஆழ்ந்துவிட்டார்களாக இருக்கும். அமைதியை முடிவுக்குக் கொண்டு வந்தவன் வாசவன்தான்.

“ஒவ்வொரு மனுசனும் அதிருப்தியோடதான் வாழுறான். தனக்குள்ளாகவே அவன் கேள்விகள் கேட்டுக்க வேண்டியதுதான். அல்லது, அவனவன் மனசுகளோடு பேசிக்கணும்.”

கிட்டத்தட்ட அது சரி என்பதாகவே பட்டது மொய்தீனுக்கு. பூக்காமல் வாடிக் கரிந்துபோன எதிர்பார்ப்புகளின் சாம்பல் குழிகளை ஒவ்வொரு மனதிலும் காண இயலும்.

இடையே வாசவன் கேட்டான்:

“என்னைப் பற்றி மொய்தீனுடைய அபிப்பிராயம் என்ன ?”

கேள்வியின் முழு அர்த்தம் மொய்தீனுக்குப் பிடிபடவில்லை.

“என்னைப் பாக்கும்போது சிறு மனக்கஷ்டம்கூட எனக்கு இல்லைன்னு தோணும், அபடித்தானே ?”

மொய்தீன் ‘உம்’ கொட்ட மட்டும்தான் செய்தான்.

“ஆனா, உண்மை அதுவல்ல மொய்தீன். நான் அப்பா, அம்மா, வீடு, சகோதரர்கள்னு வாழ்ந்த ஒரு காலமும் இருந்தது. இப்ப அவங்க யாருமே இல்லை. நான் இப்ப புறக்கணிக்கப்பட்டு வாழுறேன். அதெல்லாம் சொல்றதுக்கு நிறைய இருக்கு. வீட்டை விட்டு வெளியேறும்போது மனசுக்குள்ள சிறு ஆறுதல். என்னை அவங்க வீட்டை விட்டுத்தான் வெளியேற்றினாங்களே தவிர, இந்த உலகத்தை விட்டு வெளியேற்றலைன்னு.”

வாசவனின் வாழ்க்கை ஒரு விடுகதைபோல் தோன்றியது மொய்தீனுக்கு. எல்லாம் இருந்தும் எதுவுமில்லை. இன்னும் அதிகமாக அறியவேண்டும்போல் தோன்றியது. ஆனால், கேட்கவில்லை.

மொய்தீனுக்கு மேலும் சந்தேகங்கள் மிச்சமிருந்தன.

இடையே அவன் கேட்டான்:

“சொர்க்கம் – நரகம் எல்லாம் இருக்கா சார்.” கொஞ்சம் விசித்திரமாக இருந்தது அந்தக் கேள்வி.

“சந்தேகம் தோண்றதுக்கான காரணம்?”

“என்கிட்ட சந்தேகங்கள் மட்டும்தான் சார் இருக்கு.”

“அது . . . அதைப் பற்றி நிறைய சொல்றதுக்கு இருக்கு. கோழையும் கோணல் புத்தியுமுள்ள ஏதோ ஒரு பழைய காலத்து

ஆளோட மூளையில உருவானதுதான் சொர்க்கமும் நரகமும். நரகத்திலுள்ள தண்டனை முறைகளைச் சொல்லித்தான் புரோகிதர்கள் மக்களைத் தடுக்குறாங்க. 'அது பாவம், இதைச் செய்யாதே,'ன்னு. நரகம் மீதான அச்சம்தான் மனுசனை இறைநம்பிக்கையாளனாக மாற்றுது.

"இறந்த பிற்பாடு படச்சவன் மனுசங்களை விசாரணை செய்வானா?"

"படு அபத்தம். கிடையவே கிடையாது."

"குர்ஆனிலிருப்பதாக உம்மா சொன்னாங்க."

"எல்லா விசாரணைகளும்தான் பூமியில நடந்துடுதே? சொர்க்கமும் நரகமும் ஒதுக்கீடு செய்யப்படுறதும் இங்கேதான்."

"நான் விசாரணை நாளை எதிர்பார்த்திருக்கிறேன்."

இந்தச் சொற்களிலுள்ள அர்த்தம் என்னவென்பதை அறிந்துகொள்வதற்காக வாசவன், மொய்தீனின் முகத்தைப் பார்த்தான். அவனது முகம் தாழ்ந்திருந்தது.

மதியம் வாசவனின் வீட்டிலேயே மொய்தீன் சாப்பிட்டான். சார் கொடுத்த பீடியைப் புகைத்தபடி உட்கார்ந்திருக்கும்போது முதல்நாள் உம்மாவுடன் நடந்த உரையாடல் நினைவுக்கு வந்தது. தகர்ந்துபோன வாழ்க்கையைப்பற்றிப் பேசினாள் உம்மா. எவனோ செய்த தவறுக்கான பதிலை இன்னொருவன் சொல்லிக்கொண்டிருக்கிறான்.

"என்ன யோசனை மொய்தீன்?"

"சாருக்குத் தெரியுமா?"

"என்ன?"

"நான் சமூகத்துக்குத் தேவையில்லாத ஒருத்தன். இதுக்கான காரணம், எனக்கு வாப்பா கிடையாது என்கிறதுதான்."

"தெரியும்."

"அது மட்டுமில்லை சார். என்னுடைய மிகப் பெரிய தவறு என்ன தெரியுமா? நான் ஒரு காஃபிரோட மகன் என்கிறது."

வாசவன் 'உம்' கொட்டினான். மொய்தீன் மனதுக்குள் அடக்கி வைத்திருந்த உண்மைகள் கொதிநிலையை அடைந் திருந்தன.

"உம்மா, நேற்றுத்தான் எல்லாம் சொன்னாங்க. எனக்கு எல்லாமே அறியணும்னு தோணிச்சு. அதுக்காக இவ்வளவு நாளும்

நான் காத்திருந்தேன். ஊர்க்காரங்க சொல்ற பழிச்சொற்களை மட்டும்தான் இதுவரை நான் கேட்டுட்டிருந்தேன். நேற்றைக்கு உம்மாவே எல்லாத்தையும் சொல்லிட்டாங்க."

மொய்தீன் சட்டையின் பித்தான்களைக் கழற்றி, வேர்த்த மார்பைத் துடைத்தபடியே சொன்னான்:

"அதையெல்லாம் சொல்லணும்னுதான் நான் இங்க வந்தேன்."

"சொல்லு மொய்தீன்."

"நான் குழந்தையா இருக்கும்போது உம்மா எதையுமே என்கிட்ட சொல்லலை. அது உம்மாவோட குற்றமுமில்லை. மகன் மனசு வேதனைப்படக் கூடாதேன்னு மறைச்சுட்டாங்க. அப்பா இல்லாத ஒரு குழந்தையோட வேதனைகளைச் சொல்றேன் சார் நான். எழுதுறதுக்கு சாருக்கு ஒரு பிளாட் கிடைக்கும்.

எனக்கு நினைவுதெரிந்த நாள்முதல் உம்மாவும் உப்பாப்பா வும் மட்டும்தானிருந்தாங்க. வாப்பாவைப் பற்றி நான் யோசிக்கவே இல்லை. அதுக்கான தேவையும் ஏற்படலை.

உப்பாப்பா என்னைத் தூக்கிக் கொஞ்சினதில்லை. சில நேரம் என்னைப் பார்த்தபடியே உக்காந்திருப்பார். என்மேல அவருக்கு அன்பு இருந்ததா இல்லையான்னு எல்லாம் எனக்குத் தெரியாது. அவரோட கண்களில் அதிகம் தென்படுறது அன்பை விடவும் பயம்தான்.

உம்மாதான் எனக்கு ஆதரவாக இருந்தாங்க. உம்மா ஒருபோதும் என்கிட்ட கோபப்பட்டதில்லை. நான் அழுதா, உம்மாவுக்குக் கண்ணீர் வரும்.

வாப்பாவைப் பற்றி முதன்முதலாக நான் யோசிக்க ஆரம்பித்தது எனக்கு அஞ்சு வயசிருக்கும்போதுதான். அக்கம்பக்கங்கள்ல பேசுறது அதுவரை என் காதுகள்ல விழலை. என் கால்கள் வேலியைத் தாண்டிப் போனதில்லை. உம்மா அதை அனுமதிக்கவுமில்லை.

ஒருநாள் சாயங்காலம் ஆற்றங்கரையில விளையாடிட்டு இருக்கும்போது, பக்கத்துக் குடிசையிலுள்ள ஒரு சின்னப் பொண்ணும் விளையாட வந்தா—சைனபா. அவளுக்கு இப்ப ரெண்டு குழந்தைங்க. அந்தச் சம்பவம் எனக்கு இப்பவும் நல்லாவே நினைவிருக்கு. என்கூட சேர்ந்து விளையாடினதுக்காக சைனபா, அவ உம்மாகிட்ட இருந்து அடி வாங்கினா. அந்த உம்மா என்னையும் திட்டினாங்க. நான் ஹறாம் பிறந்த பகையனாம். ஹறாம் பிறந்தவனுங்குறதுக்கான அர்த்தம்கூட எனக்கு அன்னைக்குத் தெரியாது.

சைனபாவுக்கு மட்டுமல்ல, அக்கம் பக்கங்கள்ல உள்ள எந்தப் பிள்ளைங்களுக்கும் எங்கூட விளையாடுறதுக்கு அனுமதி கிடையாது. ஏன்னா, நான் காஃபிரோட மகன்.

அவங்க சொல்றது உண்மைதானான்னு அறிஞ்சுக்க நான் உம்மாகிட்ட கேட்டேன். அதுக்கு உம்மாவோட பதில் ரெண்டு சொட்டுக் கண்ணீர்தான்.

மொல்லாக்கா, ஓதுற பள்ளியில சேக்காததை ஏற்கெனவே உங்ககிட்ட சொல்லியிருக்கேன்."

"ஆமா." வாசவன் சொன்னான்.

"நான் பள்ளிக்கூடத்தில சேந்த பிறகுதான் என்னோட பிறப்பைப் பற்றிய உண்மைகள் என் காதுகள்ல விழ ஆரம்பிச்சுது. எனக்கு வாப்பா கிடையாதுன்னும் என்னோட வாப்பா ஒரு காஃபிர்னும். அதை இப்ப நினைச்சுப் பாக்கும்போது வருத்தமோ வெக்கமோ தோணலை.

உம்மா எனக்கு ஆறுதல் சொன்னாங்க. எனக்கு வாப்பா இருக்கார். தூரத்துல எங்கயோ இருக்கார். அவர் ஒருநாள் வருவார். நான் காத்திருந்தேன். ரயில் வண்டி கடந்துபோகும்போதெல்லாம் நான் பாத்துட்டே நிப்பேன். இரவு நேரங்கள்ல காது கூர்ந்து படுத்திருப்பேன். ஆனா, வாப்பா வரவே இல்லை.

வளர்ந்த பிறகுதான் எனக்கு உண்மைகள் பிடிபடத் தொடங்கிச்சு. உம்மாகிட்ட பலதடவை கேட்டிருக்கேன். அப்பல்லாம் உம்மா வருத்தப்பட மட்டும் செய்வாங்க. பிறகு நான், உம்மாவை வேதனைப்படுத்தாம கவனிச்சுக்கிட்டேன். எல்லாத்தையும் சகிச்சுக்கிட்டேன். இரவு நிறைய நாட்கள் தூக்கம் வராம, எரியும் மனசோட துன்பங்களை அனுபவிச்சிருக்கேன்.

என் மனம் ரொம்பவும் வேதனைப்படுறது உம்மாவைப் பாக்கும்போதுதான். உம்மாவோட நிலைமை என்னைவிட மோசமாக இருந்துச்சு. செத்துப்போன மனசும் கரிஞ்சுபோன கனவுகளும்தான் அவங்களுக்கு இருந்துச்சு. நேற்றைக்குத்தான் நான் எல்லாத்தையும் அறிஞ்சேன். நேற்றைக்கு..."

"உம்மாகிட்ட கேட்டியா?"

"இல்லை. உம்மா சொல்றதுக்காகக் காத்திருந்தாங்க. கடைசியாக நேத்தைக்குச் சொன்னாங்க. உம்மாவோட கதையைக் கேட்ட பிறகு, நான் அனுபவித்த துன்பங்கள் பரவால்லைபோல் தோணிச்சு."

மொய்தீன் சொல்லி நிறுத்தினான். அவனது மார்பிலும் முழங்கையிலும் வேர்வை துளிர்த்து நின்றது. மேஜை மீதிருந்த ஒரு பத்திரிகையை எடுத்து விசிறிக்கொண்டான். மொய்தீனின் ஒவ்வொரு அசைவுகளையும் அமைதியாக உட்கார்ந்து கவனித்துக்கொண்டிருந்தான் வாசவன்.

"உம்மாவோட சின்ன வயசுல, இருபது வருசங்களுக்கு முன்னால, உம்மாவுக்கு அப்படியொரு தவறு நிகழ்ந்துடுச்சு. உம்மா, ஒரு இளைஞனை உயிருக்குயிராக விரும்பிட்டாங்க."

"அது தவறா, மொய்தீன்?" வாசவன் அமைதியாகக் கேட்டான்.

"தவறுதான் சார். காதலோட எந்த முடிச்சுகளிலேயும் சிக்கிக்காம விடுபடுறவங்க இருக்காங்க. எல்லாத்தையும் அனுபவிச்சும், எந்த இழப்பும் நேராமப் பாத்துக்குறவங்க. அவங்களைப் பொறுத்தவரைக்கும் காதலிக்குறது தவறில்லைதான்."

"என்ன சொல்ல வர்றே?"

வாசவன் கேட்டான்.

"ஆத்மார்த்தமான காதலைச் சொல்றேன்."

அதன் அனுபவத்தில் இருந்துதான் வாசவனுக்கும் பல்வேறு விஷயங்கள் சொல்வதற்கிருந்தன. ஆனால், அவன் சொல்லவில்லை.

"காதலும் மனித மனதோட செயல்பாடுகளும் பற்றி எனக்குத் தெரியாது. நான் வாசிச்சு அறிஞ்சுகிட்டதைத் தவிர. ஆனா, உம்மாவைப் பற்றிச் சொல்லும்போது அவங்களுக்கு நிகழ்ந்த தவறு இதுதான்... ஆத்மார்த்தம்."

"அப்புறம்?"

"உம்மா காதலித்தது ஒரு ஹிந்து இளைஞனை... மதத்தின் சொற்படி வாழ்ந்துவந்த உப்பாப்பாவின் கீழதான் உம்மா வளர்ந்தாங்க. இருந்தும், அப்படி நடந்துபோய் விட்டது.

உம்மாவின் வயிற்றில் நான் உருவானேன். குழப்பங்களின் தொடக்கம் அங்கிருந்துதான். என்னோட தந்தைமையைத் தாங்கிய மனுசன் ஒரு கோழையா இருந்திருக்கார். அதாவது, உலகத்தின் முன்னால வீரத்தோட தலை நிமிர்ந்து நிற்பதற்கான மன பலமில்லாதவர். அவரோடு சேர்ந்து நரகத்துக்குப் போகவும் கூட உம்மா தயாராவே இருந்திருக்காங்க. ஆனா, அந்த மனுசனுக்கு அன்பை விடவும் சமூகம் தரும் சான்றிதழ்தான் பெருசா இருந்திருக்கு. கோழையான அந்த மனுசன் அதுக்குக் கண்டு பிடிச்ச தீர்வு, ஒரு குப்பி இங்கிலீஷ் மருந்து."

“தற்கொலை பண்ணிக்கவா?”

“இல்லை. அதுக்கும் சிறு தைரியம் வேணுமே. அந்த மருந்து தன்னோட ரத்தத்துல உருவான உயிரைக் கொல்றதுக்கு – என்னைக் கொல்றதுக்கு.”

“ஒருநாள் சாயங்காலம் உப்பாப்பா இல்லாத நேரம் பாத்து அந்த ஆள் உம்மாவைத் தேடி வந்து அந்த மருந்தைக் கொடுத்து உம்மாவைக் குடிக்கச்சொல்லிக் கெஞ்சினார். ஆனா, உம்மா அதைக் கீழ வீசிட்டாங்க. உடைஞ்ச அந்த மருந்துக் குப்பியாவது என்னைத் தீத்துக் கட்டியிருக்கலாம்.”

வாசவனின் முகத்தில் சூழலின் கௌரவம் கலந்த ஒரு புன்னகை வெளிப்பட்டது.

“அப்படின்னா நீ இங்க உக்காந்து பேசிட்டிருக்க மாட்டே.”

“என் வாப்பா அதைத்தான் விரும்பினார். உம்மா அதை விரும்பலை.”

“மொய்தீன், உன் உம்மாவுக்கு சாதாரண மனிதப் பெண்ணை விடவும் மகத்துவமிருக்கு. அவங்க ஒரு தெய்வீகப் பெண்.”

“நான் அப்படி நினைக்கலை.”

வாசவன் திடுக்கிட்டான்.

“என்ன சொல்றே?”

“உண்மைதான் சார். உம்மா அதைக் குடிச்சிருந்தாங்கன்னா, அவங்க பண்ணின தவறு வெளியே தெரியாமலேயே போயிருக்கும். இப்படி, அவதூறுகளைத் தாங்கி, மனசுக்குள்ள புழுங்கி வாழவேண்டிய தேவை ஏற்பட்டிருக்காது.”

“மொய்தீன், நீ உன் இருப்பை மறந்துட்டே.”

“மறக்கலை சார், அதுதான் மிக முக்கியமான விசயம். பிறக்காமலேயே இருந்திருக்கக் கூடாதான்னு பலமுறை நான் ஏங்கியிருக்கேன். உம்மா அன்னைக்கு நடந்துகொண்ட முறை முட்டாள்தனமானது. வேதனை தின்னும் மனசையும், சமூக ஏளனத்தையும் தாங்கி, வாழ்ந்தாக வேண்டிய நிலைமை எனக்கு ஏற்பட்டிருக்காது.”

வாசவனுக்கு உரையாடல்மீது சுவாரஸ்யம் அதிகரித்தது.

“அப்ப உன் உம்மா தப்புப் பண்ணிட்டாங்கன்னு சொல்ல வர்றே?”

“அப்படியான முடிவுக்கும் நான் வந்துடலை. ரெண்டு வகையிலும் யோசிக்க முடியும்னு சொல்றேன். உம்மா, இந்த

உலகத்தோட முன்னால ஒரு வீராங்கனையாக தலைநிமிர்ந்து நின்னுட்டாங்க. 'நான் பண்ணுனது தப்புன்னா, இதோ என்னை நீ தண்டிக்கலாம்'னுட்டு. தன்னோட புனிதத்தை மற்றவங்க முன்னால நிரூபிக்கிறதுக்காக, அருமை மகனை இல்லாமப் பண்ணியிருந்தா, இதை அறிஞ்சவங்க அவங்களை மாயப்பிசாசுன்னு சொல்ல மாட்டாங்களா?"

"கண்டிப்பாக நான் சொல்லுவேன்."

"நேற்றிரவு நான் தூங்கவே இல்லை சார். நடுச்சாமத்துலதான் விளக்கை அணைச்சுட்டுப் படுத்தேன். விடிகிறவரைக்கும், இப்படியே பலதையும் யோசிச்சேன்."

"வாப்பாவைப் பற்றி என்ன நினைக்கிறே?"

மொய்தீன் சிரித்தான். உயிரற்ற சிரிப்பு.

"அவர் உயிரோட இருக்குறாரான்னே தெரியலை. இருந்தால் அவரை எனக்கு ஒருதடவை பாக்கணும்."

"எதுக்காக?"

"சும்மா பாக்கணும். இருபது வருசமா பாக்காத ஒரு மகனுக்கு வாப்பாவைப் பாக்குறதுக்கு ஆசை இருக்காதா?"

"கண்டிப்பா இருக்கும்."

"அப்புறம்... அவருகிட்ட கொஞ்சம் பேசணும் சார். ஒவ்வொரு மனுசனுக்கும் விதிக்கப்பட்ட நாள்னு ஒண்ணிருக்கும். வாப்பாவோட நாள், நான் சந்திக்கிற அன்றைய தினமாக இருக்கும். மற்ற யாரைவிடவும் அதிகமாக எனக்குதான் வாப்பாகிட்ட பேசுவதற்கு இருக்கும். நேற்று உம்மாவோட நாள்."

வெளியே வெயில் மங்கிக்கொண்டிருந்தது. முற்றத்துச் செடிப்படர்ப்புகளில் தவிட்டுக்குருவிகள் ஒளிந்துவிளையாடிக் கொண்டிருந்தன. ஜன்னல் வழியே ஈரக்காற்று கடந்து வந்தது.

"மொய்தீன்."

கண்மூடியிருந்த அந்த இளைஞன் சிந்தனையிலிருந்து விடுபட்டான்.

"மொய்தீன் உன் வாப்பா, வேற கல்யாணம் பண்ணிக்கிட்டாரா?"

"ஆமா. உம்மா அப்ப நிறைமாச கர்ப்பமா இருந்தாங்க. உம்மா அதைச் சொல்லும்போது என் கண்கள் நிரம்பிடுச்சு. எங்க தோப்போரமா ஒரு முந்திரி மரம் நிக்குது. அன்னைக்கு அது இளங்கன்றாக இருந்துச்சாம். அதன் கீழதான் அவர் உம்மாவோட

இளமையை அனுபவிச்சிருக்கார். அந்த இடத்துல நிறைவயிறுமாக நிக்கும்போதுதான் உம்மா அந்தக் காட்சியைப் பாத்திருக்காங்க."

சார், 'உம்' என்ற அர்த்தத்தில் தலை உயர்த்தினார்.

"ரெயில் நிலையத்தை நோக்கிப் போகிற கல்யாண ஊர்வலத்தை அந்த மரத்தடியில் நின்னுதான் உம்மா பாத்திருக்காங்க. உம்மா அப்ப அழுதாங்களான்னு நான் கேக்கலை. ஒருவேளை அவங்களோட கண்ணீர் அப்ப வற்றிப் போயுமிருக்கலாம். நேற்றைக்கு அந்தச் சம்பவத்தைச் சொல்லும்போது உம்மாவோட குரல்ல இடறல் இருந்துச்சு."

மொய்தீன் நிறுத்தினான். நேற்றிரவு நிகழ்வை மனதுக்குள் அவன் அசைபோடுகிறானாக இருக்கலாம்.

"உம்மா ஒரு மனுசப் பெண் அல்ல. தேவதை. அவங்களைப் பற்றி நினைக்கும்போதெல்லாம் மனசு ரொம்பவும் வேதனைப்படும். அவங்க மனம் திறந்து சிரிச்சு நான் பாத்ததே இல்லை. அந்தக் கண்கள்ல எப்பவுமே ஈரம் இருக்கும்."

சூழ்நிலைகளின் அழுத்தத்தை ஏற்று வளர்ந்த மொய்தீனின் வேதனைகளும் அனுபவங்களும் அவனை எரிமலையாக மாற்றியிருக்கிறது. வயதைமீறி அவன் பக்குவப்பட்டிருக்கிறான். தான் நினைத்ததற்கும் அதிகமாக அவனது சிந்தனைத்திறன் வலுப்பெற்றிருக்கிறது. முன்முடிவுகளுக்கு அடங்காத ஒருவன் தன் முன்னால் நின்றுகொண்டிருப்பதாக வாசவனுக்குப் பட்டது.

வேலைக்காரன் மாலை நேரத்து காஃபியுடன் வந்தான். அதைக் குடித்துவிட்டு மொய்தீன் புறப்படத் தயாரானான்.

"நாளைக்குப் போனாப் போதாதா?"

"இல்லை, உம்மா தனியா இருக்காங்க." வாசவன் வற்புறுத்தவில்லை.

"பஸ் எத்தனை மணிக்கு?"

"அஞ்சரைக்கு. நானும் அதுவரை வர்றேன்."

வாசவன் வேட்டியை மாற்றி, சட்டையும் அணிந்துவிட்டுப் புறப்பட்டான். மொய்தீன் பின்னால் நடந்தான்.

வாசவனின் குடிசையை விட்டிறங்கினால் வயல். அதற்கப்பால் வளைந்தும் நெளிந்தும் செல்கிற இடைவழிகள். அடுத்து, தென்னந்தோப்புகள். தென்னைவோலைகளை அசைந்தாட வைக்கும் மெல்லிய காற்றை அனுபவித்தபடி அவர்கள் நடந்துகொண்டிருந்தனர்.

எம்.டி. வாசுதேவன் நாயர்

வழியில் வைத்து வாசவன் கேட்டான்:

“மொய்தீன் அடுத்து என்ன பண்ணலாம்னு நினைச்சிருக்கே?”

“ஒண்ணுமில்லை சார். வாழணும், அவ்வளவுதான். ஒரு துண்டு விவசாய நிலமிருக்கு. அதுல நான்தான் விவசாயம் பண்றேன். இடையில இன்னொரு வேலையுமிருக்கு.”

“என்ன வேலை?”

“வாப்பாவைத் தேடணும். வாயில வாப்பான்னுதான் வருது சார். அப்பான்னு சொல்லணும்னு நினைக்கிறேன். சின்ன வயசு முதல் பழகிப்போன சொல்லாக இருக்குறதால மாற்ற முடியலை.”

“ரெண்டும் ஒண்ணுதானே?”

“தேட ஆரம்பித்துக் கொஞ்ச காலம் ஆகுது.”

“அப்புறம்?”

“ஓரளவு தெரிஞ்சிக்கவும் செய்தேன். அவர் வேற கல்யாணம் பண்ணிக்கிட்டதாகவும் பிறகு, மனைவியைத் தள்ளி வெச்சதாகவும் வேலை பாத்துவந்த இடத்தை விட்டுப் போயிட்டதாகவும் அறிஞ்சேன்.”

“வீட்டுல உள்ளவங்களுக்கு எதுவும் தெரியலையா?”

“அவங்களுக்கும் இவ்வளவுதான் தெரியும். ஏழெட்டு வருசங்களுக்கு முன்னால அவரோட அப்பா இறந்துபோயிட்டார். அண்ணாவைத் திரும்பி வரச்சொல்லி, அவரோட தங்கை பத்திரிகையில விளம்பரம் கொடுத்திருக்காங்க. பிறகு ஒரு கடிதம் வந்ததாம்.”

“எங்க இருந்து?”

“எந்த இடம்னு குறிப்பிடலை. கடிதத்தை போஸ்ட் செய்திருக்கிறது மெயில்வண்டியிலாம். தங்கைக்கும் குழந்தைகளுக்கும் வாழ்த்துச் சொல்லுற ஒரு கடிதம்.”

“அவங்க வீடு, மொய்தீன் வீட்டுக்குப் பக்கத்திலதானா?”

“ரெண்டு ஃபர்லாங் இருக்கும். அங்கே ஒரு பொம்பளையும் குழந்தைகளும் மட்டும்தான் இப்ப இருக்காங்க. ஏராளமான சொத்திருக்கு.”

“உன் உம்மா அந்த ஆளை வெறுக்குறாங்களா?”

“தெரியாது.”

“கேட்டிருக்கலாமே?”

"கேட்டேன். பதில் சொல்லலை."

தென்னந்தோப்புகள் கடந்தன. இன்னொரு வயலும் கடந்தால் ரோடு. ஒரு சத்திரத்தின் அருகில் பஸ்சை எதிர்பார்த்து அவர்கள் நின்றிருந்தார்கள்.

"ரொம்ப எல்லாம் ஒண்ணும் யோசிக்க வேணாம்."

"யோசிச்சும் ஒரு முடிவுக்கு வர்றதுக்கில்லை. இன்னும் சோகமான மனுசனாக மாறுவேன் என்கிறதைத் தவிர."

"எதையுமே மனவுறுதியோட எதிர்கொள்ளணும். வாழ்க்கை என்பது உண்மையிலேயே ஒரு போராட்டக்களம்தான். உதிர்ந்து விழுறதை நினைச்சுத் திருப்திப்பட்டுக்கக்கூடாது."

மொய்தீன் கவனமாகக் கேட்டுவிட்டுச் சொன்னான்:

"கையகப்படுத்துறதுக்கான தைரியம் இல்லாத நிலைமையில?"

"தைரியத்துக்கான அளவுகோல் எதுன்னு யாருக்குத் தெரியும்? நான் இப்ப ஒரு புத்தகம் மொழிபெயர்க்கிறேன். இப்சனோட, 'வெகுஜன விரோதி.'"

"கேள்விப்பட்டிருக்கேன் சார்."

"அதுல கதாநாயகன் ஒரு டாக்டர். சமூகம் அவரைத் தனிமைப்படுத்துது. ஒரு உண்மையை மறைச்சு வைக்கத் தயாராக இல்லை என்கிறதுக்காக, அவருக்கும் குடும்பத்துக்கும் மக்கள் துரோகம் பண்றாங்க. கடைசியாக, அவருக்கொரு தத்துவ சாஸ்திரம் கிடைக்கிறது."

"என்ன?"

"எவனொருவன் உலகத்தைத் தன்னந்தனியாக எதிர்கொள்கிறானோ அவன்தான் பெரும் பலசாலி."

மொய்தீனின் மனம் அச்சொற்களை அசைபோட்டது.

தொலைவில் பஸ்சின் ஹாரன் சத்தம் கேட்டது.

விடைபெறுவதற்குமுன் வாசவனுக்கு இன்னொரு உண்மையும் அறிய வேண்டுமென்று தோன்றியது.

"தப்பா எடுத்துக்காதே மொய்தீன். எனக்கு இன்னொரு கேள்வி."

"தாராளமாக் கேளுங்க சார்."

"நீ உன் வாப்பாவைச் சந்திச்சேன்னு வை. அவர்மீது உன்னால அன்பு செலுத்த முடியுமா?"

எம்.டி. வாசுதேவன் நாயர்

வேதனை நிரம்பிய புன்னகையுடன் மொய்தீன் சொன்னான்:

"தெரியலையே சார்."

வாசவன் கை காட்டினான். பஸ் நின்றது. மொய்தீன் விடை பெற்று பஸ்சில் ஏறினான். புழுதியைக் கிளப்பியபடியே பஸ் போய்க்கொண்டிருந்தது.

வாசவன் திரும்பி நடந்தான். கீழ்வானத்தின் கன்னங்கள் சிவந்துகொண்டிருந்தன. கிழக்கின் பிச்சைப்பாத்திரத்தில் கண்ணுக்குத் தெரியாத கைகள் வீசியெறிந்ததுபோல் தொலைவில் பறவைக்கூட்டங்கள் பறந்தகன்றன.

வாசவன் வேகமாக நடந்தான். அவனது சிந்தனைப் பரப்புகளில் மொய்தீன் உயர்ந்து நின்றிருந்தான். அவனுடைய ஒவ்வொரு சொற்களும் சுற்றுப்புறமெங்கும் எதிரொலிப்பதுபோல் தோன்றியது.

குடிசைக்கு வந்து, மேஜையின் முன்பாக உட்கார்ந்து, டிராயரிலிருந்த நீலநிற உறையிட்ட ஒரு நாட்குறிப்பை வெளியே எடுத்தான். அன்றைய தேதியின் கீழ் எழுதி வைத்தான்:

'கடினமான பொருட்கள் உரசும்போது அக்னிக்குஞ்சுகள் உருப்பெறும். இயற்கையின் அழுத்தத்தில் உருவாகும் இத் தீப்பொறிகளுக்கு வெல்ல இயலாத வீரியமிருக்கும். சமூகத்தின் பாறாங்கற்களையும் இரும்புச் சங்கிலிகளையும் உருக்கிச் சாம்பலாக்குகிற பெரும் நெருப்பின் உறைவிடம் இந்த அக்னிக் குஞ்சுகள்தான்.

இன்று மொய்தீன் வந்திருந்தான். நான்கு வருடங்களுக்குப் பிறகு அவனைப் பார்க்கிறேன்.'

வாசவன் செயரில் சாய்ந்தான்.

வெளியே, குளிர்ந்த மாலைப்பொழுது, இரவைக் கட்டியம் கூறி வரவேற்றது.

ஜன்னல் வழியாகக் கண்களை வெளியே அலைய விட்டான் வாசவன். மேல் வானத்தில் இரத்த மேகங்கள் நீந்திக் களித்தன.

இருளைத் தீண்டிய ஒளி

கண்களைக் கூசவைக்கும் மின்னல். தொடர்ந்து, வானம் தகர்ந்து வீழ்வதைப் போல் ஒரு இடி முழக்கம் கேட்டது.

"படச்சவனே, மொய்தீன் எங்கிருக்கானோ என்னமோ!"

ஃபாத்திமா வாசல் கதவைச் சாத்தினாள். சிம்னி விளக்கைச் சுவருடன் சேர்த்து வைத்து, சுருட்டி வைத்த பாயைப் பகுதியளவு விரித்தாள். கால் நீட்டி உட்கார்ந்தபடி அவள் நினைவுகூர்ந்தாள்.

'இவ்வளவு நேரமாகியும் அவனைக் காணோமே?'

வெளியே இருள் கனத்துக்கிடந்தது. மழை தகர்த்துப் பெய்துகொண்டிருந்தது. கூரையைக் கிடுகிடுக்க வைத்தபடி, மரக்கிளைகளைப் பிரித்துச் சுழற்றியபடி காற்று கடும் சீற்றத்துடன் வீசிக்கொண்டிருந்தது. சிறு இடைவெளியுடன் கூட்டங்கூட்டமாகப் பாயும் குதிரைப்படைகள்போல் வீசியடித்த காற்று, இடையிடையே மூடிய கதவினூடே இரைந்தபடி உள்ளே நுழைந்தது.

மொய்தீன் எங்கிருப்பான்? அவன் வெளியே இறங்கும்போதே ஃபாத்திமா, கையில் ஒரு குடை எடுத்துக்கொள்ளச் சொன்னாள். மேற்கு வானத்தில் மழை மேகங்கள் சூல்கொண்டிருந்தன. அரங்கைத் தகர்க்க வரும் மழைக்காலம். திரைச்சீலையைப் பற்றிக்கொண்டு அலறுவதுபோல் இடிமுழக்கம்.

எம்.டி. வாசுதேவன் நாயர்

பகல் முழுவதும் குடிசைக்குள்ளேயே உட்கார்ந்திருப்பான் மொய்தீன். வெயில் மங்கியதும் வெளியே புறப்படுவான். திரும்பி வருவது அந்தி மயங்கும் நேரத்தில். மூன்று மைல் தொலைவில், தபால் அலுவலகத்தின் அருகில் ஒரு வாசிப்புச்சாலை இருக்கிறது. மொய்தீன் தினமும் அங்கே போவதுண்டு. பத்திரிகை வாசித்து முடித்ததும் திரும்பி விடுவான். வழியில் பேசிக்கொண்டு நிற்பதற்கு நண்பர்கள் யாருமில்லை. இதெல்லாம் ஃபாத்திமாவுக்குத் தெரிந்த விசயங்கள்தான். ஆற்றோரம் பொடி மணல் நிரம்பிய பாதையில் நடக்கும்போது ஆற்றின் ஏகாந்தம் ஒன்றுதான் அவனிடம் நலம் விசாரிக்கும்.

மொய்தீனைப் பற்றி நினைக்கும்போதெல்லாம் ஃபாத்திமாவின் மனம் விசனப்படும்.

அவன் பிறந்த பிறகுதான் ஃபாத்திமா ஏகாந்தத்தின் கொடூரத்திலிருந்து விடுபட்டாள். அதற்கு முன் வாப்பாவுடன் இருந்த சில மாதங்கள். அந்தச் சிறுகுடிசையின் சூழல் குளிர்ந்து மரத்துப்போயிருந்தது. அங்கே இரண்டு மனிதர்கள் வாழ்ந்துகொண்டிருந்த போதிலும்.

உறைந்திருந்த அமைதியைக் குலைத்தது ஒரு பச்சிளம் குழந்தையின் அழுகைக்குரல். வாழ்க்கையை நோக்கித் திரும்பி வந்ததுபோலொரு அனுபவம் ஏற்பட்டது. அவனது வளர்ச்சி யுடன் ஆசைகளும் எதிர்பார்ப்புகளும் அன்பும் வேதனைகளும் நிரம்பிய ஒரு புத்துலகம் கண்முன் மலர்ந்துகொண்டிருந்தது.

மனதைச் சோர்வடைய வைத்த அந்தப் பழைய சூழல், மொய்தீன் வளர்ந்த பிறகு, மீண்டும் கண்முன் வர ஆரம்பித்தது.

சிறுவயதில், பார்க்கிற எல்லாவற்றையும் பற்றிக் கேள்வி கேட்டுக்கொண்டிருந்த மொய்தீன் என்பதை நம்பவே முடியவில்லை. அவனது மிக நெருங்கிய நண்பர்கள் புத்தகங்கள் மட்டும்தான். வாசிக்காத நேரங்களில் ஜன்னல் வழியே தொலை வில் வெள்ளி மேகங்கள் அலைமோதும் மலையுச்சியைப் பார்த்தபடி உட்கார்ந்திருப்பான். மணித்துளிகள் கடப்பதையும் அறியாமல். ஃபாத்திமா கஞ்சி பரிமாறிவிட்டு வந்து கூப்பிடும் போது கனவிலிருந்து விடுபட்டவன்போல் திடுக்கிட்டு எழுவான்.

மொய்தீன் சாப்பிடுவதைச் சுவரில் சாய்ந்து உட்கார்ந்து பார்த்துக்கொண்டிருப்பாள் ஃபாத்திமா. மகன் சிறிது சிரித்துப் பேசிவிட மாட்டானா என்று அவள் ஏங்கினாள்.

மொய்தீனின் மனமோ, பறந்தகன்று செல்லும் சிந்தனை களைப் பின்தொடர்ந்துகொண்டிருக்கும்.

மகன் அறைக்குள் உட்கார்ந்து, சிந்தனை உலகில் பறந்து திரிவதை வாசல் கதவின் பின்னாலிருந்து பார்ப்பாள் ஃபாத்திமா. அவனது சுருண்ட முடியையும் மாநிறத்தையும் கரிய விழிகளையும் பார்க்கும்போது சூடான ஒரு பெருமூச்சு அவளது உள்மனதி லிருந்து எழும்.

மொய்தீன் தன்னிடமிருந்து விலகிச்செல்கிறானா? அவன் கொண்டு வருகிற புத்தகங்கள் அவனுக்கு எதையேனும் சொல்லிக்கொடுக்கின்றனவோ என்ற சந்தேகம் அவளுக்குள் உருவானது. மலைத்தொடர்களுடனும் அவளுக்கு வெறுப்புத் தோன்றியது.

உம்மாவை அவன் வெறுக்கிறானா?

புகைந்துகொண்டிருந்த அந்த எரிமலை ஒருநாளிரவு வெடித்தது. அன்றுதான் அவன் பேசினான். அது சில மணி நேரம் நீண்டது. வேதனையில் உழன்ற இரண்டு ஆன்மாக்கள் தங்கள் முகமூடிகளை அகற்றின.

“உம்மா, உங்க மனவேதனைகளை என்னால புரிஞ்சுக்க முடியுது.”

அதைச் சொன்னதும் ஃபாத்திமா வாய்விட்டு அழுது விட்டாள்.

அவனிடம் பல்வேறு கேள்விகள் கேட்பதற்கு இருந்தன. பல்லாண்டு காலமாக மனதை அரித்துக்கொண்டிருந்த பிரச்சினைகள்...

ஃபாத்திமாவுக்கும் நிறைய சொல்ல வேண்டியதிருந்தது. தாங்க இயலாத பாரத்தைச் சுமந்துகொண்டிருந்தது அவளது மனம்.

வெளியே மீண்டும் இடி முழக்கம் கேட்டது.

மொய்தீன் ஏன் இன்னும் வரவில்லை? எங்காவது மழைக்கு ஒதுங்கி நிற்பானாக இருக்கலாம்.

மழை விடவில்லை என்றால், எங்கிருந்து அவனுக்கு ஒரு குடை கிடைக்கும்? அவனுக்குத் தெரிந்தவர்கள் என்று அதிகம் யாருமில்லை. நண்பர்களும் கிடையாது. அவனது வயதையொத்த பையன்கள் சாயங்கால வேளைகளில் ஒன்றுகூடுகிற இடங்களுண்டு. எங்குமே அவன் போவதில்லை.

ஃபாத்திமா ஒருமுறை சொல்லியும் பார்த்தாள்:

“மொய்தீனெ, நீ ஆளுகளோட ஒண்ணு சேரணும். அப்பதான் இந்த துனியாவில வாழமுடியும்.”

மொய்தீன் சிரித்தான்:

"ஆளுகள். அதை விடுங்க உம்மா ... வேதனைப்படுற மனசுகளைக் குறிவச்சுக் குத்த மட்டும் பாப்பாங்க."

"என் காலத்துக்குப் பிறகு நீ வாழவேண்டாமாடா?"

"என் கைக்கு இன்னும் கொஞ்சம் பலம் வரட்டும்மா... அப்பதான் இந்த துனியாவோட மூஞ்சில ஓங்கிக் குத்த முடியும்."

"உனக்கு எப்பவும் கேலிதான்."

"இல்லை உம்மா... உண்மையாதான் சொல்றேன்."

விளக்குச்சுடர் காற்றில் நெளிந்தாடியது. ஃபாத்திமா காதுகூர்ந்தாள். வெளியே மழையின் சீற்றம் குறைந்திருந்தது. காற்று மட்டும் விடாமல் அடித்துக்கொண்டிருந்தது.

மொய்தீன் ஏன் இன்னும் வரவில்லை?

வராந்தாவில் காலடிச் சத்தம்.

மொய்தீன் வந்துவிட்டான்போலிருக்கிறது. ஃபாத்திமா காதுகளைக் கூர்ப்படுத்தினாள். வாசல் தட்டப்படும் சத்தம்?

ஃபாத்திமா எழுந்து வாசலைத் திறந்து பார்த்தாள். மொய்தீனில்லை. யாரோ அறிமுகமில்லாத ஒரு ஆள். மனதுக்குள் பதற்றம் தொற்றிக்கொண்டது. இரவு நேரம். தனியாக வேறு இருக்கிறாள்.

"ஏன்... என்ன வேணும்?"

"ஒரு வழிப்போக்கன். மழைக்கு ஒதுங்கினேன்."

அவன் மெதுவாகச் சொன்னான்.

ஃபாத்திமா சிம்னி விளக்கின் மங்கலான வெளிச்சத்தில் அவனைப் பார்த்தாள். வயதான ஆள்.

விட்டத்தைப் பிடித்தபடி அவர் நின்றுகொண்டிருந்தார். அதிகமும் நரைத்து, சடைப்பிடித்த தலைமுடி. கழுத்தை மறைத்து அடர்ந்து கிடந்த தாடி. அந்த ரோமப் புதரினிடையே கிணற்றிலிருந்து எட்டிப் பார்ப்பதுபோன்ற இரண்டு பிரகாசமான கண்கள். முழங்கைகளைப் பகுதி மறைக்கும் அளவில் பெரிய கைகளுள்ள சட்டை. நனைந்த கையிலிருந்து எலும்புகள் உந்திய விரல்களால் நீர்த்துளிகளைத் துடைத்தபடி நிற்கும் அம் மனிதனைப் பார்த்தபோது சிறுவயதில் சொல்லிக்கேட்ட ஜின் கதைகள் ஃபாத்திமாவின் நினைவுக்கு வந்தன. சமாதிகளைத் திறந்துவிட்டு வந்து சஞ்சரிக்கும் ஜின்கள்!

நள்ளிரவும் பகல் வெளிச்சமும்

வீட்டில் மொய்தீனும் இல்லை. இரவு நேரத்தில் அபயம் தேடி வந்த மனிதனிடம் எப்படி நடந்துகொள்வதென்று புரியாமல் தடுமாறினாள் ஃபாத்திமா.

அந்த முதியவர், ஏதோ ஒரு புதிய உலகை வியப்புடன் பார்ப்பதுபோல், விரிந்த கண்களைச் சுற்றிலும் அலைய விட்டபடி நிற்கிறார்.

சுவரில், ஆணியில் தொங்கவிட்டிருந்த ஓலைத்தடுக்கை எடுத்து, நனையாத இடத்தில் போட்டுக்கொடுத்து விட்டு ஃபாத்திமா சொன்னாள்:

"அதுல உட்காருங்க."

அவர் உட்கார்ந்தார். சிம்னி விளக்கை முன்னால் நகர்த்தி வைத்த ஃபாத்திமா, கதவில் சாய்ந்து நின்றாள்.

விளக்குச்சுடரின்மீது கைகளை விரித்துக்காட்டி, மரத்துப் போன விரல்களுக்கு அவர் சூடேற்றினார்.

"எங்க போறதுக்கு?" ஃபாத்திமா கேட்டாள்.

அவர் முகத்தை உயர்த்தாமல் பதில் சொன்னார்:

"எங்காவது..."

ஃபாத்திமாவுக்கு ஆச்சரியமாக இருந்தது. எங்காவது போகிற வழிப்போக்கன். இலக்கில்லாத பயணம். இப்படியும் ஒரு வழிப்போக்கன் இருப்பானா? பிச்சைக்காரனாக இருக்கும்.

"வீடு எங்கே?"

"வீடு... வீடு கிடையாது."

"யாருமில்லையா?"

"தெரியலை."

'இது என்ன மனுசன்? படச்ச தம்புரானே! ராத்திரி நேரத்துல வீடேறி வந்த இந்தாளு திருடனோ? இல்லேன்னா, ஜெயில்ல இருந்து தப்பிவந்த குற்றவாளியா?... எதுவாகவும் இருக்கலாம்.'

'மொய்தீனையும் காணோமே!'

வீட்டில் ஒரு பெண் மட்டும் தனியாக இருக்கிறாள் என்ற எண்ணம் அவனுக்கு வந்து விடக்கூடாது என்பதற்காக ஃபாத்திமா சொன்னாள்:

"மவன் இப்ப வருவான்."

"உம்மாவும் மவனும் மட்டும்தானா?"

எம்.டி. வாசுதேவன் நாயர்

"உம்."

ஃபாத்திமா முனகி வைத்தாள்.

"வீட்டுக்காரர் இல்லையா?"

"உம்... உம்..."

"எங்கே?"

"தெரியாது."

"ஊர் விட்டுப் போயிட்டாப்லயா?"

"உம்."

நிமிடங்கள் மீண்டும் அமைதியில் கரைந்தன. வழிப்போக்கன், சிம்னிவிளக்கின் சுடரில் பார்வையைப் பதித்தபடி உட்கார்ந்திருந்தார். ஃபாத்திமா மொய்தீனைப் பற்றி யோசித்துக்கொண்டிருந்தாள். 'சீக்கிரம் வந்துட மாட்டானா?'

அதனிடையே அவர் கேட்டார்:

"உம்மா, உங்க மவனோட பேரு என்ன?"

"மொய்தீன்."

"மூத்த மவனா?"

"அந்த ஒருத்தனும்தான்."

விளக்குத்திரியில் கட்டைப் பிடித்திருந்த கரியைத் தட்டி நீக்கிவிட்டு, தாழ்ந்த குரலில் அவர் கேட்டார்:

"மவனுக்கு என்ன வயசாகுது?"

"இப்ப இருவது வயசு."

மீண்டும் அமைதி.

ஃபாத்திமா யோசனையிலாழ்ந்தாள். மொய்தீனை இன்னும் காணோமே? ரோட்டோரம் காற்றில் ஆடியலையும் மரங்கள் நிறைய நிற்கின்றன. தகர்ந்து கிடக்கும் ஏதாவது கடைத்திண்ணை களில் ஏறி நிற்பது கூட ஆபத்தானதுதான். 'யா ரப்புல் ஆலமீன், என் புள்ளை சீக்கிரம் வந்து சேந்துரணுமே!'

வழிப்போக்கனின் மனதிலும் உணர்வுகள் தலைதூக்கியாடின. இதயத்துடிப்புகள் மிகத்தெளிவான ஓசையுடன் யாசித்துக் கொண்டிருந்தன.

"சொல்லு... சொல்லு..."

நள்ளிரவும் பகல் வெளிச்சமும்

குளிர்ந்து மரத்திருந்த அமைதியைக் கீறிப்பிளந்தபடி முதியவரின் உதட்டிலிருந்து இரண்டு எழுத்துகள் தெறித்து விழுந்தன:

"பீ... பி..."

ஃபாத்திமா, தீயை மிதித்தவள்போல் துள்ளியெழுந்தாள். வெம்பலுடன் குதித்த கண்கள் முதியவரின் கண்களுடன் மோதின.

"யாரு... அது?"

"நான்தான் பீபி... நான்தான்... பழைய கோ...பி..."

ஃபாத்திமா மூச்சுவாங்க ஒரு நிமிடம் ஸ்தம்பித்து நின்று விட்டு, உடம்பிலுள்ள சக்தி முழுவதும் சோர்ந்ததுபோல் தளர்ந்துபோய் தரையில் உட்கார்ந்தாள். மெல்ல மெல்ல அவள் உச்சரித்தாள்:

"படச்ச தம்புரானே."

ஓலைத்தடுப்பை அகற்றிவிட்டுத் திண்ணையில் அடித்தேறிய காற்றில் கை விளக்கும் கெட்டது.

இருள்.

இருளின் பேரமைதியில் இரண்டு உள்ளங்கள் துடிப்பது மட்டும் கேட்டது. பாக்கெட்டிலிருந்துத் தீப்பெட்டியை எடுத்து, உள்ளங்கையில் உரசிய அவர், ஒரு குச்சியை எடுத்துப் பற்ற வைத்தார்.

எரியும் தீக்குச்சி ஒளியில் அவர் ஃபாத்திமாவின் கன்னங்களில் வடியும் கண்ணீர்த்துளிகள் மின்னுவதைக் கண்டார்.

நினைவுகள் நீறிக்கொண்டிருந்தன உணர்வுக்கொந்தளிப்புடன்.

நிமிடங்கள் கரைந்தன...

"பீபி... ஒண்ணு கேக்கலாமா?"

ஃபாத்திமாவின் தலை உயர்ந்தது.

"என்... என் மகன்தானே மொய்தீன்?"

சூனிய வெளியில் கண்களை நட்டு வைத்திருந்த ஃபாத்திமா சொன்னாள்:

"அவன் வாப்பா இல்லாத மவன்."

மனதில் தைத்திருக்க வேண்டும். அவர் வேதனையுடன் சொன்னார்:

“என்னைக் கொல்லாதே பீபி... நீயாவது என்னை மன்னிச்சுடு. அதுக்காகவே நான் ...”

சொற்கள் தொண்டைக்குள் சிக்கிக்கொண்டதுபோல் அவர் நிறுத்தினார்.

“நான் அனுபவிச்சுட்டேன். போதுமான அளவுக்கு அனுபவிச்சுட்டேன். நான் பண்ணுன தப்புக்காக...”

ஃபாத்திமா தட்டத்தின் தலைப்பால் கண்களைத் துடைத்துக் கொண்டாள்.

“பீபி...”

....

“பிறகு நீ கல்யாணம் பண்ணிக்கலையா?”

“இல்லை.”

“அப்புறம்?”

....

“மொய்தீனுக்கு?”

உணர்வுக் கொந்தளிப்புகளிலிருந்து சற்று மீண்ட அவளுக்குச் சொல்லத் தோன்றியது. கண்ணீரில் மூழ்கிய கடந்த கால ஏடுகளை எடுத்து அவர்முன் விரித்துப் போட்டாள்.

“நான் அழிஞ்சு போயிட்டேன் பீபி. எனக்கு ஒண்ணே ஒண்ணுதான் வேணும். நீயும் மகனும் என்னை மன்னிக்கணும்...”

“எனக்கு யார் கூடவும் பகையில்லை. நான் அனுபவிக்க வேண்டியவ, அனுபவிச்சேன். ஆனா,” அவள் நிறுத்தினாள்.

“சொல்லு பீபி.”

“என் மவன். அவன் மனம் கஷ்டப்படுறதைப் பாக்கும்போது என்னால தாங்க முடியலை. அவனால தலை நிமிந்து நடக்க முடியலை. அவனோட உம்மா, தப்பான பொம்பளை... வாப்பா, காஃபிர்...”

“எல்லாத்துக்குமே காரணம் நான்தான்.”

“நீங்க இதைச் சொல்லவேண்டியது என்கிட்ட இல்லை.”

“வேற யாருட்டபோய் இதைச் சொல்லுவேன்?”

“எனக்கு யார் கூடவும் பகையில்லை. நீங்க மொய்தீனுட்ட சொல்லுங்க.”

“பீபி.”

கோபியின் கண்கள் நிறைந்தன. இவ்வளவு துன்பங்களை அனுபவித்த பிறகும், இதற்குக் காரணமான தன்மீது அவளுக்குப் பகையில்லையாம். அவளொரு தெய்வப் பிறவியாகவே அவருக்குத் தெரிந்தது.

“எத்தனைப் புள்ளைங்க இருக்காங்க?”

“எனக்கா?”

“உம்.”

“எனக்கு... ஒரேஒரு மகன் மட்டும். அவனைப் பாக்குறதுக் காகத்தான் வந்திருக்கேன் பீபி.”

கடந்த இருபதாண்டு கால வாழ்க்கையை அவர் விவரித்தார்.

அவர்களது குடும்ப வாழ்க்கை ஒரு வருடம்தான் நீடித்தது. மனைவி அவரை விட்டுப் போய்விட்டாள். வாழ்க்கையிலிருந்து அவள் விலகிக்கொண்டதால் அவர் எதையும் இழந்துவிடவில்லை. அன்பையோ சுகத்தையோ அவள் அவருக்கு வழங்கியதுமில்லை.

வேலையும் பறிபோனது. தொலைதூரங்களிலுள்ள பல்வேறு நகரங்களில் வாழ்க்கையைக் கழித்தார். பெரும்பாலும் வாழ்க்கையின் இருண்ட பகுதிகளை நோக்கியே இறங்கினார். ஆரோக்கியத்தையும் பணத்தையும் இழந்தார். எஞ்சிய உடலும் வேதனை தரும் நினைவுகளும் தகர்ந்த மனதும் மிச்சமிருந்தன. சுமார் இருபது வருடங்களுக்குப் பிறகு திரும்பி வந்திருக்கிறார்.

எதற்காகத் திரும்பி வந்தேன் என்று அவர் சொல்லவில்லை. ஃபாத்திமா கேட்கவுமில்லை.

“பீபி, மொய்தீனுக்கு என்மேல பாசமிருக்குமா?”

“தெரியாது. அவன் ஒருவிதமான ஆளு.”

தோப்பின் மேற்கு மூலையில் வெளிச்சம் தென்பட்டது.

“மொய்தீன் வர்றான்.”

ஒரு சூட்டு[1] வெளிச்சம் நெருங்கி வந்தது.

முற்றத்தில் நின்று சூட்டை அணைத்த மொய்தீன் திண்ணைக்கு வந்தான்.

---

1. தீப்பந்தம்

உம்மா காத்திருந்து சோந்திருப்பீங்க, மழை விட்டாத்தானே?"

அப்போதுதான் அவனது கண்கள் சுவரில் சாய்ந்து உட்கார்ந் திருக்கும் அந்த மனிதரின்மீது திரும்பியது.

"யாரும்மா அது?"

ஃபாத்திமாவால் பதில் சொல்ல முடியவில்லை. உம்மாவின் அமைதிக்கான பதிலை நீ சொல் என்பதுபோல் மொய்தீன் அவர் முன் நிமிர்ந்து நின்றான்.

"நானொரு வழிப்போக்கன் அய்யா..."

அவர்தான் பதில் சொன்னார். தன் எதிரில் நீண்டு நிமிர்ந்து நிற்கும் இளைஞனை அவர் கண்கள் விரியப் பார்த்தார். சுருண்ட தலைமுடியும், அரும்பு மீசையும், புஷ்டியான முகமும், கறுத்தக் கண்களும்.

மொய்தீனுக்கு அந்தச் சூழல் பிடிக்கவில்லை. அமைதியாக இருக்கும் உம்மா, நள்ளிரவு நேரத்தில் வந்தேறிய வழிப்போக்கன்.

"உம்மா..."

மொய்தீன் மெதுவாகக் கூப்பிட்டான்.

ஃபாத்திமா பதில் சொல்லவில்லை.

"உம்மா தூங்கிட்டீங்களா?"

"இல்லை... இல்லை."

மொய்தீனின் மனதுக்குப் பிடிக்காத சூழல், கூனிக்குறுகி யிருந்த மனிதர் மீது கோபமாக வெளிப்பட்டது.

"ஹோய்... நீரு இங்க வர்றதுக்கான காரணம்?"

"மொய்தீன்!"

உம்மா கூப்பிட்டதும் அவன் திரும்பிப் பார்த்தான். உம்மாவின் கண்களில் ஈரம்.

"உம்மா, என்ன இது?"

"மவனே, உனக்கு... அவங்க... உன்னோட..."

"என்னோட..? சொல்லுங்க?"

மொய்தீன் அலறினான்.

"வா...ப்பா."

நள்ளிரவும் பகல் வெளிச்சமும்

ஃபாத்திமா நனைந்து கிடந்த தரையில் குழைந்து விழுந்தாள்.

"அய்யா!"

குரல் அறிமுகமற்ற அந்த நபரிடமிருந்து வந்தது.

நிரம்பிய கண்களுடன் கைகளை விரித்தபடி தன்னை நோக்கி வருகிற அம்மனிதரைப் பார்த்தபடி மொய்தீன் ஒரு நிமிடம் நின்றான்.

மொய்தீனின் பார்வை பட்டதும் அவர் ஸ்தம்பித்து நின்றார்.

"எனக்குத் தெரியாது. உக்காருங்க."

மொய்தீனின் குரலில் தெளிவிருந்தது.

"அய்யா..."

நிறைந்த மனதுடன் மகனைக் கட்டிப் பிடிப்பதற்காக அவர் கைகளை நீட்டினார்.

"இருங்க."

வாப்பா திகைத்து நின்றார்.

"இந்த நாடகமெல்லாம் இங்க தேவையில்லை."

வாப்பாவின் திகைப்பு நீங்கவில்லை.

அவரது கற்பனையிலிருந்த மகனல்ல எதிரில் நிற்பவன். தன்னை அப்பா என்று அறிந்ததும் ஓடிவந்து கட்டிக்கொள்வான் என்று எதிர்பார்த்த கிராமத்துச் சிறுவனின் இடத்தில், உருக்குபோல் நின்று, தெளிவாகப் பேசுகிற ஒரு இளைஞனை அவர் எதிர்பார்க்கவில்லை.

"நீ என் மகன். எனக்கு..."

"ஓஹோ... அப்படியா?"

மிகவும் அமைதியான ஒரு கேள்வி.

"ஒரு அப்பாவோட வேதனை உனக்குப் புரியாதுய்யா."

"வேதனைக் கணக்குகளைப் பிறகு பாத்துக்கலாம். அதுக்கு முன்னால நான் ஒண்ணு கேக்குறேன். உங்களை என்னோட வாப்பான்னு நீங்களும் சொல்றீங்க. உம்மாவும் சொல்றாங்க. ஆனா..."

"இதுல உனக்கு என்னய்யா சந்தேகம்?"

"இந்த உலகம் எனக்கு வாப்பா கிடையாதுன்னு சொல்லுது. நான், தப்பான ஒருத்திக்கும் காஃபிரான ஒருத்தனுக்கும் பொறந்தவன்."

"குற்றம் என்பேர்லதான். நான்தான் குற்றவாளி."

"என்னை மகன்னு இன்னைக்கு சொல்ற நீங்க, இருபது வருஷங்களுக்கு முன்னால இல்ல சொல்லியிருக்கணும்?"

"மொய்தீன்!"

உம்மாவின் அழைப்பு.

"உம்மா, போய்ப் படுத்துக்குங்க."

"மொய்தீன்!"

"உம்மா போய்ப்படுங்க. எனக்கு இவர்கூட கொஞ்சம் பேசணும்."

உம்மா பதில் சொல்லவில்லை. அறிவுரை சொல்வதற்காகவே அவள் வாய் திறந்தாள். ஆனால், மொய்தீனின் உறுதி வாய்ந்த குரல் அவளைப் பேசாமல் ஆக்கியது.

பரிதாபமான குரலில் அவள் மீண்டும் அழைத்தாள்:

"மொய்தீன்!"

"கதவைச் சாத்துங்க உம்மா. சாத்திட்டுப் படுத்துக்குங்க."

ஃபாத்திமா ஒரு இயந்திரம்போல் உள்ளே நகர்ந்தாள். திண்ணை வாசல் மூடப்பட்டது.

புகையுடன் எரியும் சிம்னி விளக்கை எடுத்துத் திண்ணையில் வைத்த மொய்தீன் உட்கார்ந்தான். பிறகு வாப்பாவைப் பார்த்தான்.

அவர் கற்சிலைபோல் உட்கார்ந்திருந்தார்.

"ம...வனே, அய்யா."

"மொய்தீன்னு கூப்பிட்டா போதும்."

"மொய்தீன், உனக்கு அப்பாவோட வேதனை புரியலை அய்யா."

"சொல்லுங்க. புரிஞ்சுக்க முயற்சி பண்றேன்."

"மவனே, என்னை மன்னிச்சுடுய்யா... பண்ணுன தப்புக்கு மேலாவே நான் தண்டனை அனுபவிச்சுட்டேன். இந்த உலகத்துல எனக்குன்னு யாருமே இல்லை... நான் எல்லாத்தையும் இழந்துட்டேன்யா. ரொம்ப வருசங்களா நான் நெருப்பை விழுங்கிட்டிருக்கேன்யா."

அவர் எதிர்பார்ப்புடன் மகனைப் பார்த்தார்.

"அப்புறம்?"

நள்ளிரவும் பகல் வெளிச்சமும்

அவன் அமைதியாகவே கேட்டான்.

“எனக்குன்னு இனி நீ மட்டும்தான்யா இருக்கே... என் குடும்பத்தில என்பேர்ல நிறைய சொத்துகள் இருக்குயா... அதெல்லாமே உனக்குத்தான். உன்னை நல்ல நிலைமையில வச்சுப் பாக்குறதுக்கு... என்னை மன்னிக்க மாட்டியாய்யா?”

“அதை இப்ப சொல்றதுக்கில்லை.”

“என் மனம் படுற வேதனையை உன்னால புரிஞ்சுக்க முடியாதுய்யா.”

“மனம் படுற வேதனை?”

மொய்தீனிடமிருந்து ஒரு புன்னகை வெளிப்பட்டது.

“வேதனைகளோட கதையை நான் சொல்லவா? அப்பனில்லாத குழந்தையை வயித்துல சுமக்குறவளோட மன வேதனையை நீங்க நினைச்சுப் பாருங்க. சமூகத்தால வெறுத்து ஒதுக்கப்பட்ட ஒருத்தி தன் குழந்தையை வளக்குறதுக்கு எவ்வளவு சிரமப்பட்டிருப்பான்னு நினைச்சுப் பாருங்க. கூடவே, காஃபிரோட குழந்தை வளரும்போது அது அனுபவிக்க வேண்டிய மனவேதனைகளையும் மறந்துடாதீங்க. ஒவ்வொரு இரவும் தான் பாத்திருக்காத வாப்பாவை எதிர்பார்த்துக் கிடக்குற அந்தக் குழந்தையோட மனவேதனையை நினைச்சுப் பாருங்க.”

மொய்தீனுக்குச் சொற்கள் கிடைக்கவில்லை.

“எல்லாத்தையுமே மறந்துடு மொய்தீன். செய்த குற்றங்களை எல்லாம் நான் ஒப்புக்கொள்றேன். இன்னைக்கு இந்த சமூகத்துக்கு முன்னால நின்னு சொல்றேன். நான்தான் உன் அப்பான்னு.”

“இந்த வீரம் அன்னைக்கு இருந்திருக்கணும்.”

வாப்பா இதற்கு பதில் சொல்லவில்லை.

“என் உம்மா தாங்கிக்கிட்ட அவமானத்தையும் வேதனையையும் ஒரு சிறு அளவு நீங்க தாங்கிக்க முன்வந்தா, இவ்வளவு இழப்புகள் ஏற்படாம வாழ்ந்திருக்கலாமே? வீரத்தோட நின்னு ஒரு வார்த்தை பேசியிருந்தா, மூணு பேரோட வீழ்ச்சியை நீங்க தடுத்திருக்கலாமே?”

“மகனே... நீ.... நீ என் மகனில்லையா?”

“வேற வழியில்லாம.”

“உன்னைப் பாக்குறதுக்காக ஏங்கி...” அவர் விதும்பி அழுதார்.

"நிறுத்துங்க. என்னோட வளர்ச்சியைப் பாக்க நீங்க ஆசைப்படலை, பட்டீங்களா? நெஞ்சில கை வச்சுச் சொல்லுங்க."

பதில் இல்லை.

"சொல்லுங்க. உண்மைகளை விட்டு ஒளிஞ்சுக்குறதுக்கு நீங்க கண்டுபிடிச்ச வழி..? நீங்க கொடுத்த மருந்தை உம்மா குடிச்சிருந்தாங்கன்னா, இன்னைக்கு உங்க முன்னால நிக்கிறதுக்கு நான் இருந்திருப்பேனா?"

"ஆண்டவா..."

ஏதோ ஒரு அசைவு. உள்ளே இருந்து இன்னொரு ஈனக்குரல் எழுந்தது.

எதிரில் பிரபஞ்சம் பற்றியெரிந்துகொண்டிருந்தது. நெருப்பின் உக்கிரத்தையேற்ற இருள் மூடிய வானம் நெளிந்து கொண்டிருந்தது.

ஒரு கெட்ட கனவிலிருந்து திடுக்கிட்டு உணர்ந்ததுபோல் தொலைவில் காட்டுப்பக்கிகள் குரல் கொடுத்தன.

நெற்றியில் படிந்த வேர்வைத் துளிகளைத் துடைத்தபடியே அவர் எழுந்தார்.

"நான் போறேன்."

எங்கே என்று அவன் கேட்கவில்லை.

"ஒரு வேண்டுகோள் மொய்தீன்."

"சொல்லுங்க."

"என்னோட குடும்பச் சொத்திருக்கு. அதையாவது நீ ஏத்துக்கணும்."

மொய்தீன் ஒரு நிமிடம் யோசித்தான்.

"நான் இன்னைக்கு வரைக்கும் வாழ்ந்தது, இந்தக் குடிசைல உள்ள கஞ்சித்தண்ணியைக் குடிச்சுதான்... இது எனக்குப் போதுமானது."

"நான் போகட்டுமா?"

"உங்க வசதிபோல ஆகட்டும்."

திண்ணையின் ஒரு மூலையில் தொங்கவிடப்பட்ட பாய்ச் சுருளிலிருந்து ஒரு தீப்பந்தத்தை எடுத்து, சிம்னி விளக்கு நெருப்பில் காட்டினான். சிவந்த தீக்கனல் இருளில் ஒரு இடைவெளியை உருவாக்கியது.

அவர் அதைக் கை நீட்டிப் பெற்றுக்கொண்டார். மூடிக் கிடந்த வாசலை அவர் ஒரு நிமிடம் பார்த்துக்கொண்டு நின்றார்.

பிறகு, மெதுவாக முற்றத்தில் இறங்கினார். நகர்ந்து செல்லும் ஒளிவட்டத்தைப் பார்த்தபடி கற்சிலைபோல் நின்றிருந்தான் மொய்தீன்.

மூடிய வாசலைத் திறந்துகொண்டு உள்ளே நுழைந்தான்.

"உம்மா!"

பதில் இல்லை.

ஃபாத்திமா ஒரு பாயில் குப்புறப் படுத்திருந்தாள்.

"உம்மா..."

அவன் குலுக்கி எழுப்பினான்.

பதில் இல்லை.

உம்மாவுக்கு சுயநினைவில்லை.

நினைவு திரும்பியபோது சிம்னி விளக்கின் அருகில் உட்கார்ந்திருக்கும் மொய்தீனைப் பார்த்தாள். சுற்றுமுற்றும் பார்த்து விட்டுக் கேட்டாள்:

"எங்கே?"

"போயிட்டாரு..."

"எங்க போயிட்டாங்க?"

பதில் இல்லை.

"மொய்தீன்... நீ... ஒரு மனுசனா?"

உம்மா முகத்தைத் திருப்பிப் படுத்துக்கொண்டாள்.

மொய்தீன் மெத்தைப் பாயில் போய் விழுந்தான்.

என்ன நடந்தது? ஏன் அப்படி நடந்தது?

வேதனை ததும்பும் வார்த்தைகள் பெருவெளியில் அலையடிப்பதுபோல் தோன்றியது. இருட்டில், இடது கையில் பிடித்த எரிதழலுடன் நகர்ந்து கொண்டிருக்கும் அந்தப் புராதன உருவம் கண்முன் இருந்து அகல மறுக்கிறது. அவனது சிறுவயதுக் கனவுக்கு, ஜரிகை அணிவித்த ஒருநாள் கடந்துபோனது. தானறியாத வாப்பாவின் மறு வருகை.

"மொய்தீன்... நீ... ஒரு மனுசனா?"

நினைத்துப்பார்த்தபோது அவன் நடுங்கிவிட்டான். அப்படி என்றால் அவன் மனிதனாக இல்லை. என்னவெல்லாம் சொன்னோம்? புரையோடிய புண்ணின்மீதேறி நர்த்தனமாடி விட்டோம். அப்போது அவன் ஒரு பிசாசாக மாறியிருந்தான். பாவப்பட்ட ஒரு மனிதனின் வேண்டுகோள் அனைத்துமே தட்டியெறியப்பட்டு விட்டது. அம்மனிதன் தனது தகப்பன். அனைத்துக்கும் மேலாக, அவரும் ஒரு மனிதர்.

மொய்தீன் பாயிலிருந்து எழுந்து உட்கார்ந்தான்.

சுற்றிலும் கெட்டிதட்டிய இருள். எங்கு பார்த்தாலும் இருள்... இருள் மட்டும். வெளிச்சத்தின் ஒரு கதிர்கூட இல்லை.

"மொய்தீன்... நீ... ஒரு மனுசனா?"

நடந்ததை எல்லாம் மறக்க முடிந்திருந்தால்!

உடல் தீச்சூளையில் வைத்ததுபோல் தோன்றியது.

சிம்னி விளக்கைப் பற்றவைத்த அவன் பாயிலேயே உட்கார்ந்திருந்தான்.

ஃபாத்திமா, படுத்திருந்த இடத்திலிருந்து தலைதூக்கிப் பார்த்தாள். மொய்தீன் வாசலைத் திறந்து வெளியே செல்கிறான்.

...வெயில் சூடேறத் தொடங்கும்போதுதான் அவன் திரும்பி வந்தான்.

சுவரில் சாய்ந்து கால்களை நீட்டி உட்கார்ந்திருந்த ஃபாத்திமா பார்த்தபோது மொய்தீன் அசைவற்ற நிலையில் தலை குனிந்து நின்றிருந்தான். உம்மாவின் குளிர்ந்த காலடிகளில் அவனது கண்ணீர்த்துளிகள் இற்று விழுந்தன.